# വിചിത്രം വിസ്മയം

**vichithram vismayam**

•

*narayanan kavumbayi*

•

*first edition*
may 2018

•

*typesetting & published*
chintha publishers, thiruvananthapuram

•

*cover*
amarnath praful



---

*വിതരണം*

**ദേശാഭിമാനി ബുക്ക് ഹൗസ്**

H O തിരുവനന്തപുരം-695 035
phone: 0471-2303026, 6063026
www.chinthapublishers.com
chinthapublishers@gmail.com

*ബ്രാഞ്ചുകൾ*

ഹെഡ്ഡാഫീസ് ബ്രാഞ്ച് കുന്നുകുഴി • സ്റ്റാച്യു തിരുവനന്തപുരം • കെ എസ് ആർ ടി സി ബസ് സ്റ്റേഷൻ ആലപ്പുഴ • കെ എസ് ആർ ടി സി ബസ് സ്റ്റേഷൻ എറണാകുളം • മച്ചിങ്ങൽ ലെയ്ൻ തൃശൂർ • ഐ ജി റോഡ് കോഴിക്കോട് • മാവൂർ റോഡ് കോഴിക്കോട് • എൻ ജി ഒ യൂണിയൻ ബിൽഡിങ് കണ്ണൂർ • സെൻട്രൽ ബസ് ടെർമിനൽ കോംപ്ലക്സ് താവക്കര കണ്ണൂർ

---

CO - 2691 / 4665
ISBN - 978-93-87842-42-7

# വിചിത്രം വിസ്മയം

നാരായണൻ കാവുമ്പായി

ചിന്ത പബ്ലിഷേഴ്സ്
തിരുവനന്തപുരം-695 035

## നാരായണൻ കാവുമ്പായി

കണ്ണൂർ ജില്ലയിലെ കാവുമ്പായിയിൽ ജനനം. മലയാള സാഹിത്യത്തിൽ ബിരുദാനന്തര ബിരുദവും ബി എഡും. *ദേശാഭിമാനി* ചീഫ് സബ് എഡിറ്റർ. കുട്ടികളുടെ ദ്വൈവാരികയായ *തത്തമ്മ*യുടെയും *ദേശാഭിമാനി അക്ഷരമുറ്റ*ത്തിന്റെയും എഡിറ്റർ ഇൻ ചാർജായി പ്രവർത്തിക്കുന്നു. ഇരുപത് ബാലസാഹിത്യകൃതികളും ഒരു ചരിത്രഗ്രന്ഥവും രണ്ടു ജീവചരിത്രവും രചിച്ചു. പത്ത് പുസ്തകങ്ങളുടെ എഡിറ്ററാണ്. *നവോത്ഥാന കഥകൾ* എന്ന കൃതിക്ക് അബുദാബി ശക്തി അവാർഡ് ലഭിച്ചു. മാധ്യമപ്രവർത്തനത്തിനുള്ള സുരേന്ദ്രൻ നീലേശ്വരം സ്മാരക പത്രപ്രവർത്തക അവാർഡും ബാലസാഹിത്യത്തിന് ഡോ. ടി പി സുകുമാരൻ സ്മാരക അവാർഡും ലഭിച്ചു.

ഭാര്യ : റീനാകുമാരി
മക്കൾ : സിദ്ധാർത്ഥ്, സച്ചിത്ത്
വിലാസം : കേദാരം, കീച്ചേരി
പാപ്പിനിശേരി പോസ്റ്റ്
കണ്ണൂർ ജില്ല.
ഫോൺ : 04972 788979
മൊബൈൽ : 9447779875
email : kavumbayi@gmail.com

# ഉള്ളടക്കം

# പ്രസാധകക്കുറിപ്പ്

**ന**മുക്കുചുറ്റും വിശാലമായ ഒരു ലോകമുണ്ട്. വിസ്മയങ്ങളുടെ ലോകമാണ് അത്. പ്രകൃതിദത്തവും മനുഷ്യനിർമ്മിതവുമായ വിസ്മയങ്ങളുണ്ട്. ഈ വിസ്മയങ്ങളുടെ ലോകത്തേക്കുള്ള ഒരു യാത്രയാണ് നാരായണൻ കാവുമ്പായിയുടെ *വിചിത്രം വിസ്മയം* എന്ന ഈ ലഘു കൃതി. ഇവയെക്കുറിച്ച് അറിയുകയും ചിന്തിക്കുകയും ചെയ്യുക. ചിന്തകൾ നമ്മുടെ മുന്നിൽ പുതിയ ചോദ്യങ്ങൾ അവതരിപ്പിക്കും. പുതിയ ചോദ്യങ്ങളുടെ ഉത്തരം അറിയാൻ കൂടുതൽ അന്വേഷിക്കുക. വായിക്കുക, അറിയുക, കൂടുതൽ കൂടുതൽ അറിയുക.

*വിചിത്രം വിസ്മയം* എന്ന ഈ പുസ്തകം കൂടുതൽ വായിക്കാൻ, ചിന്തിക്കാൻ കുട്ടികളെ പ്രേരിപ്പിക്കും. ലളിതമായ ഈ പുസ്തകം സന്തോഷത്തോടെ ഞങ്ങൾ അവതരിപ്പിക്കുന്നു.

**ചിന്ത പബ്ലിഷേഴ്സ്**

# അനന്തം അജ്ഞാതം അവർണ്ണനീയം

**ന**മുക്കുചുറ്റുമുള്ള ലോകത്തെക്കുറിച്ച് കൂട്ടുകാർ ആലോചിച്ചിട്ടുണ്ടോ? എന്തെല്ലാം വിസ്മയങ്ങളാണ് ചുറ്റും കാണാവുന്നത്! കാണുകയും കേൾക്കുകയും അനുഭവിക്കുകയും ചെയ്യുന്ന കാര്യങ്ങളെക്കുറിച്ചെല്ലാം ചിന്തിച്ചുനോക്കുക. എവിടെ? എന്തുകൊണ്ട്? എപ്പോൾ? എങ്ങനെ? ഇത്തരം പുതിയ ചോദ്യങ്ങൾ കൂടുതൽ അറിയാൻ കൂട്ടുകാരെ പ്രേരിപ്പിക്കും. അറിവ് കൂടുതൽ അന്വേഷണങ്ങളിലേക്ക് നയിക്കും. അന്വേഷണം വിസ്മയങ്ങളിലേക്കും. നമുക്കുചുറ്റും വിസ്മയങ്ങളുടെ വിശാലമായ ലോകമുണ്ട്. മനുഷ്യനിർമ്മിതവും അല്ലാത്തതുമായ വിസ്മയങ്ങളുടെ ലോകത്തേക്കുള്ള ഒരു യാത്രയാണ് ഈ പുസ്തകത്തിന്റെ ഉള്ളടക്കം.

കൂടുതൽ അന്വേഷണങ്ങൾക്കും പഠനങ്ങൾക്കും *വിചിത്രം വിസ്മയം* കൂട്ടുകാരെ സഹായിക്കുമെന്ന പ്രതീക്ഷയോടെ,

# മാനം മഹാത്ഭുതം

## എന്താണ് ബഹിരാകാശം?

**ഭൂ**മിക്ക് മുകളിൽ പരന്നുകിടക്കുന്ന വിശാലമായ സ്ഥലത്ത് എന്തൊക്കെയുണ്ടെന്നോ അവിടെ എങ്ങനെ എത്തിപ്പെടാൻ കഴിയുമെന്നോ ഉള്ള കാര്യങ്ങൾ നൂറ്റാണ്ടുകൾക്ക് മുമ്പുവരെ മനുഷ്യന് അജ്ഞാതമായിരുന്നു. കാലക്രമേണ ശാസ്ത്രം എന്ന പഠനശാഖ വികാസം പ്രാപിച്ചു. ശാസ്ത്രജ്ഞർ നിരീക്ഷണങ്ങളും പരീക്ഷണങ്ങളും നടത്തി. പലരും പല നിഗമനങ്ങളിലുമെത്തി. ഈ 21-ാം നൂറ്റാണ്ടിൽ എത്തിപ്പെട്ടുനില്ക്കുന്ന നമുക്ക് ഇപ്പോൾ ആധുനികസാങ്കേതികവിദ്യയിലൂടെ എവിടെയും എത്തിച്ചേരാം. മനുഷ്യന് അപ്രാപ്യമായി ഒന്നുമില്ല എന്ന അവസ്ഥയിലേക്ക് നാം നീങ്ങിക്കൊണ്ടിരിക്കുന്നു.

ബഹിരാകാശം എന്ന് പറയുമ്പോൾ പല ചോദ്യങ്ങളും മനസ്സിലുയരും. ബഹിരാകാശത്തിന്റെ അതിർത്തികൾ ഏതൊക്കെയാണ്? തുടക്കം എവിടെ, അവസാനം എവിടെ ? പ്രപഞ്ചവും ബഹിരാകാശവും തമ്മിൽ എന്തെങ്കിലും വ്യത്യാസമുണ്ടോ ? നമുക്ക് ചുറ്റും നിലനില്ക്കുന്ന എല്ലാം ചേർന്നതാണ് പ്രപഞ്ചം. പ്രപഞ്ചത്തിന്റെ ഒരു ഭാഗമായ ബഹിരാകാശം എന്നത് നമുക്കും നക്ഷത്രങ്ങൾക്കുമിടയിലുള്ള സ്ഥലം അല്ലെങ്കിൽ നക്ഷത്ര

ങ്ങൾക്കിടയിലുള്ള സ്ഥലം എന്നൊക്കെ പറയാം. ഇത് വളരെ ലളിതമായി പറഞ്ഞതാണ്. വിശദമാക്കാം.

നമ്മുടെ ഭൂമിക്ക് മുകളിലാണ് ബഹിരാകാശം. ബഹിരാകാശത്തെ ശൂന്യാകാശമെന്നും വിളിക്കുന്നു. ഭൂമി എല്ലാം കൊണ്ടും നിറഞ്ഞ സ്ഥലമാണ്. ഇവിടെ ഖരം, ദ്രാവകം, വാതകം തുടങ്ങി എല്ലാമുണ്ട്. ഭൂമിയോട് താരതമ്യം ചെയ്യുമ്പോൾ ബഹിരാകാശം ശൂന്യമാണെന്ന് പറയാം. ബഹിരാകാശത്ത് രാത്രിയുമില്ല, പകലുമില്ല. എപ്പോഴും ഇരുട്ട് മാത്രം. ഭൂമിയിലെ വായു നിറഞ്ഞ അന്തരീക്ഷമാണ് സൂര്യപ്രകാശത്തെ പ്രതിഫലിപ്പിക്കുന്നത്. പക്ഷേ, ബഹിരാകാശത്ത് വായു നിറഞ്ഞ അന്തരീക്ഷമല്ല ഉള്ളത്. അതുകൊണ്ടാണ് അവിടെ ഇരുട്ട് നിറഞ്ഞിരിക്കുന്നത്. വായു എന്ന മാധ്യമം ഇല്ലാത്തതുകൊണ്ട് ശബ്ദം കേൾക്കാനും കഴിയുകയില്ല. ബഹിരാകാശത്ത് ഒന്നും സംഭവിക്കുന്നില്ലെന്നല്ല ഈ പറഞ്ഞതിന്റെ അർത്ഥം.

സൂര്യനിൽനിന്നും പുറപ്പെടുന്ന രശ്മികൾ ഭൂമിയിലെത്തിച്ചേരുന്നത് ശൂന്യാകാശത്തിലൂടെ സഞ്ചരിച്ചിട്ടാണല്ലോ. അപ്പോൾ പ്രകാശരശ്മികൾക്ക് ശൂന്യാകാശത്തിലൂടെ സഞ്ചരിക്കാൻ കഴിയുന്നുണ്ടെന്ന് മനസ്സിലാക്കാം. ബഹിരാകാശത്ത് ഊർജ്ജപ്രവാഹവും നടക്കുന്നുണ്ട്. ബഹിരാകാശത്തുള്ള മനുഷ്യനിർമ്മിത ഉപഗ്രഹങ്ങളിൽനിന്നും ഭൂമിയിലേക്ക് സന്ദേശങ്ങൾ കൈമാറുന്നത് റേഡിയോതരംഗങ്ങൾ വഴിയാണ്. റേഡിയോതരംഗങ്ങളും പ്രകാശതരംഗങ്ങളും വിദ്യുത്കാന്ത തരംഗങ്ങളാണ്. ഇവ രണ്ടും ശൂന്യാകാശത്തിലൂടെ സഞ്ചരിക്കുന്നു. അതായത് ഇവയ്ക്ക് സഞ്ചരിക്കാൻ ഒരു മാധ്യമം ആവശ്യമില്ല.

ബഹിരാകാശത്തെ അന്തരീക്ഷം ശൂന്യമല്ല. അവിടെ പൊടിപടലങ്ങളും അണു,തന്മാത്രകളും നിറഞ്ഞിരിക്കുന്നു. ഹൈഡ്രജൻ പ്ലാസ്മാ കണികകളുമുണ്ട്. ഇവിടെ വിദ്യുത്കാന്ത വികിരണം നടക്കുന്നു. കാന്തികക്ഷേത്രങ്ങളും ഇവിടെയുണ്ട്. ബഹിരാകാശത്ത് ഘർഷണമില്ല. നക്ഷത്രങ്ങളും ഗ്രഹങ്ങളും പ്രത്യേക പാതയിലൂടെ സഞ്ചരിച്ചുകൊണ്ടിരിക്കുന്നു. വാൽനക്ഷത്രങ്ങളുടെയും ക്ഷുദ്രഗ്രഹങ്ങളുടെയും ഭാഗങ്ങളായ പാറക്കഷ

ണങ്ങളും മണൽത്തരികളും ബഹിരാകാശത്ത് ചുറ്റിക്കറങ്ങിക്കൊണ്ടിരിക്കുന്നുണ്ട്. ബഹിരാകാശത്ത് ചൂട് നിലനിർത്തുന്നത് നക്ഷത്രങ്ങളാണ്.

ബഹിരാകാശത്തിന്റെ തുടക്കം എവിടെയാണെന്ന് ഒന്നുകൂടി വിശദമാക്കാം. അതിന്, ഭൂമിക്ക് മുകളിലുള്ള അന്തരീക്ഷപാളിക

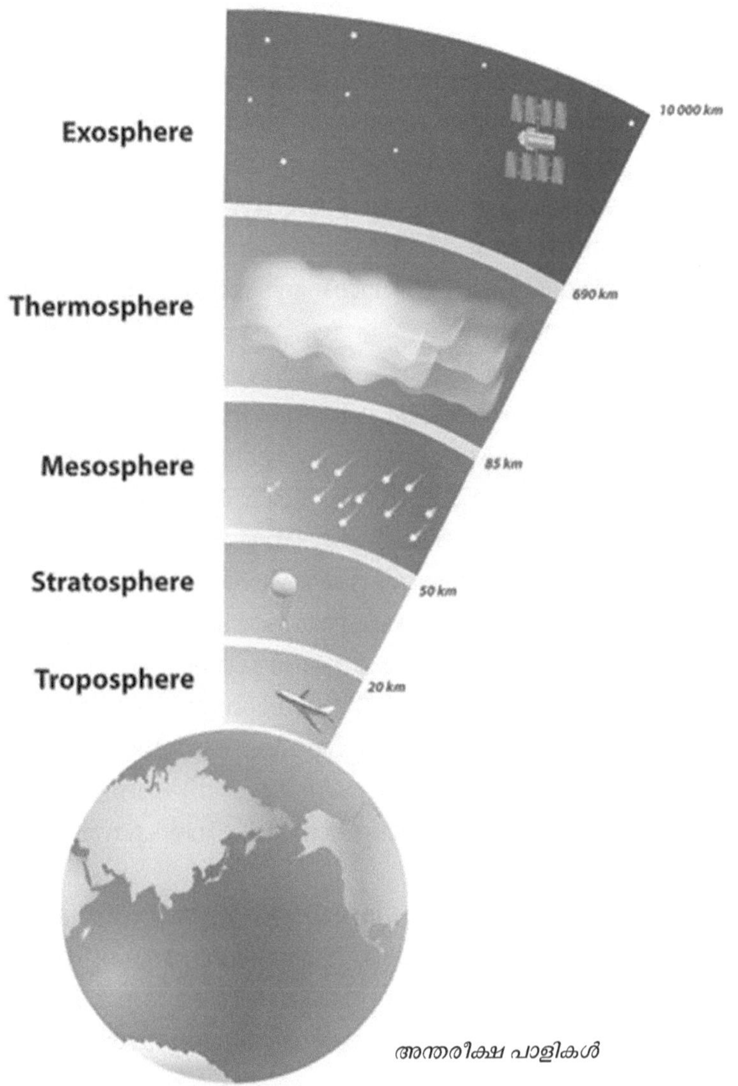


അന്തരീക്ഷ പാളികൾ

ളെക്കുറിച്ചറിയേണ്ടതുണ്ട്. ഭൂമിയെ ആവരണം ചെയ്ത് നില്ക്കുന്ന വാതകപ്പുതപ്പാണ് അന്തരീക്ഷം. ഭൂമിക്ക് മുകളിലേക്ക് ഏകദേശം എഴുന്നൂറ് കിലോമീറ്ററോളം വരെ അന്തരീക്ഷത്തിന് വ്യാപ്തിയുണ്ട്. ഇതിനെ അഞ്ച് പാളികളായി തിരിക്കാവുന്നതാണ്. ട്രോപ്പോസ്ഫിയർ, സ്ട്രാറ്റോസ്ഫിയർ, മിസോസ്ഫിയർ, തെർമോസ്ഫിയർ, എക്സോസ്ഫിയർ എന്നിവയാണവ.

നാം ജീവിക്കുന്നത് ട്രോപ്പോസ്ഫിയർ മേഖലയിലാണ്. കാറ്റ്, മഴ തുടങ്ങിയ എല്ലാ കാലാവസ്ഥാപ്രതിഭാസങ്ങളും നടക്കുന്നത് ഈ പാളിയിലാണ്. ഈ പാളിയിൽ തന്നെയാണ് മേഘങ്ങൾ കാണപ്പെടുന്നത്.

അൾട്രാവയലറ്റ് രശ്മികളുടെ തീവ്രതയിൽനിന്നും ഭൂമിയെ സംരക്ഷിക്കുന്ന കവചമായ ഓസോൺ കാണപ്പെടുന്നത് സ്ട്രാറ്റോസ്ഫിയർ പാളിയിലാണ്. ഈ മേഖലയിലൂടെയാണ് വിമാനങ്ങൾ പറക്കുന്നത്.

മിസോസ്ഫിയറിൽ വാതകങ്ങൾ കുറവാണ്. ബഹിരാകാശത്ത് നിന്നുമുള്ള ഉൽക്കകൾ കത്തിയെരിയുന്നത് ഈ പാളിയിലാണ്. ഭൂമിയോടൊപ്പം ഉണ്ടായ ഗോളങ്ങളുടെ ഭാഗങ്ങളായിരിക്കാം ഉൽക്കകളെന്ന് കരുതുന്നു. ഭൂമിയുടെ ആകർഷണഫലമായി താഴേക്ക് പതിക്കുന്ന കല്ലുകളാണ് ഉൽക്കകൾ. അതിവേഗതയിൽ പതിക്കുന്നതുകൊണ്ട് അന്തരീക്ഷവുമായി ഉരസി ഇവ കത്തുന്നു. ഇവയിൽ ഭൂരിഭാഗവും സമുദ്രത്തിലാണ് വീഴാറുള്ളത്.

തെർമോസ്ഫിയറിൽ താപനില വളരെ കൂടുതലാണ്. 2000 ഡിഗ്രി സെൽഷ്യസ് വരെ ചൂട് വർദ്ധിക്കുന്നു. വളരെ കുറച്ച് വാതകങ്ങളേ ഈ ഭാഗത്തുള്ളു. ഇവിടെ പോസിറ്റീവ് അയോണുകളും നെഗറ്റീവ് ഇലക്ട്രോണുകളും നിറഞ്ഞിരിക്കുന്നു. ഇക്കാരണത്താൽ ഈ പാളി അയണോസ്ഫിയർ എന്നും അറിയപ്പെടുന്നു.

ഏറ്റവും മുകളിലുള്ള പാളിയാണ് എക്സോസ്ഫിയർ. ഹൈഡ്രജൻ, ഹീലിയം തുടങ്ങിയ വാതകങ്ങൾ ഈ പാളിയിലൂടെ ബഹിരാകാശത്തേക്ക് നഷ്ടപ്പെട്ടുകൊണ്ടിരിക്കുന്നു. അതായത് അന്തരീക്ഷം ബഹിരാകാശത്തേക്ക് അലിഞ്ഞുചേരുന്ന ഇടമാ

ണിത്. ഭൗമാന്തരീക്ഷത്തിന്റെയും ബഹിരാകാശത്തിന്റെയും അതിർത്തിയായി അന്താരാഷ്ട്ര എയ്റോനോട്ടിക് ഫെഡറേഷൻ നിശ്ചയിച്ചിരിക്കുന്ന ഈ മേഖലയ്ക്ക് കാർമൻ രേഖ എന്ന് പറയുന്നു.

## ബഹിരാകാശ ഗവേഷണങ്ങളുടെ പ്രാധാന്യം

മനുഷ്യന്റെ ജിജ്ഞാസയ്ക്കുള്ള ഉത്തരങ്ങൾ കണ്ടെത്തുക മാത്രമല്ല ഇന്നത്തെ ബഹിരാകാശഗവേഷണങ്ങളുടെ ലക്ഷ്യം. ബഹിരാകാശത്തെ കീഴടക്കാൻ മനുഷ്യൻ മോഹിക്കുന്നു. ഭൂമിയെപ്പോലെ മറ്റൊരു വാസസ്ഥലം ബഹിരാകാശത്ത് കണ്ടെത്താൻ അവൻ ആഗ്രഹിക്കുന്നു. അതിനായി മറ്റേതെങ്കിലും ഗ്രഹങ്ങളിൽ ജീവന്റെ സാന്നിദ്ധ്യമുണ്ടോ എന്ന് കണ്ടെത്താനാണ് മനുഷ്യന്റെ ശ്രമം.

ആധുനികമനുഷ്യന്റെ ഏറ്റവും വലിയ പരീക്ഷണശാലയാണ് ബഹിരാകാശം. പുതിയ പുതിയ അത്ഭുതങ്ങൾ അവൻ കണ്ടെത്തിക്കൊണ്ടേയിരിക്കുന്നു. കൃത്രിമ ഉപഗ്രഹങ്ങൾ നിർമ്മിക്കാനും അവ വിക്ഷേപിക്കാനും മറ്റുമുള്ള പണച്ചെലവ് വളരെ അധികമാണെങ്കിലും ബഹിരാകാശഗവേഷണം ആധുനികതയുടെ ആവശ്യമായിത്തീർന്നിരിക്കുന്നു.

ഒരു രാജ്യം നടത്തുന്ന ഗവേഷണങ്ങളിലൂടെ ലോകത്തിന് മുഴുവൻ നേട്ടങ്ങൾ ലഭിച്ചാൽ അത് മനുഷ്യവംശത്തിന്റെ തന്നെ വിജയമായിരിക്കും. ഇപ്പോൾ ചൊവ്വാഗ്രഹത്തിലേക്കും ചന്ദ്രനിലേക്കും ശാസ്ത്രജ്ഞന്മാർ കൂടുതൽ ശ്രദ്ധ കേന്ദ്രീകരിച്ചിരിക്കുന്നു. ബഹിരാകാശഗവേഷണങ്ങളിലൂടെ കാലാവസ്ഥാമാറ്റം, പുതിയ ഊർജ്ജ ഉറവിടങ്ങൾ, ഭൂമിയുടെ നിലനില്പ് തുടങ്ങിയവയെല്ലാം പഠനവിധേയമാക്കപ്പെട്ടിരിക്കുന്നു.

ബഹിരാകാശത്തേക്ക് കുതിച്ച പല യാത്രികരുടെ വാഹനങ്ങളും അപകടത്തിൽപ്പെടുകയും കത്തിയെരിയുകയും ചെയ്തിട്ടുണ്ട്. അവർ നടത്തിയ പരീക്ഷണങ്ങളുടെ ഫലം നമുക്ക് അറിയാൻ കഴിഞ്ഞതുമില്ല. എന്നിരുന്നാലും മനുഷ്യൻ ഗവേഷണങ്ങളുടെ പ്രയാണം തുടർന്നുകൊണ്ടേയിരിക്കുന്നു. കൂടുതൽ

സുരക്ഷ ഉറപ്പുവരുത്താനുള്ള പരീക്ഷണങ്ങൾ നടന്നുകൊണ്ടിരിക്കുന്നു.

## ദൂരദർശിനി

ഏകദേശം അയ്യായിരത്തോളം നക്ഷത്രങ്ങളെയാണ് ഭൂമിയിൽ നിന്ന് നഗ്നനേത്രങ്ങൾ കൊണ്ട് കാണാൻ കഴിയുന്നത്. പ്രാചീന മനുഷ്യരുടെ ജീവിതത്തിന്റെ ഭാഗമായിരുന്നു ആകാശനിരീക്ഷണം. ആകാശം നോക്കിയായിരുന്നു അവർ സമയം മനസ്സിലാക്കിയിരുന്നത്. ബഹിരാകാശവിജ്ഞാനത്തിന്റെ വാതിലുകൾ മനുഷ്യന് തുറന്നുകൊടുത്തത് ദൂരദർശിനികളാണ്.

*ഗലീലിയോ ഗലീലി*

ഭൂമിയെയും ബഹിരാകാശത്തെയും ബന്ധിപ്പിക്കുന്ന പാലമാണ് ദൂരദർശിനി. വിദൂരതയിലുള്ള നക്ഷത്രങ്ങളേയും ഗ്രഹങ്ങളേയും അടുത്ത് കാണാനുള്ള ഉപകരണമാണ് ടെലസ്കോപ്പ് അഥവാ ദൂരദർശിനി. ടെലസ്കോപ്പ് ഉപയോഗിച്ച് ആദ്യമായി ബഹിരാകാശത്തെക്കുറിച്ചുള്ള അറിവ് ലോകത്തിന് പകർന്ന്

തന്നത് ഗലീലിയോ ഗലീലി എന്ന ശാസ്ത്രജ്ഞനാണ്.

അന്നുവരെ പ്രപഞ്ചത്തിന്റെ കേന്ദ്രം ഭൂമിയാണെന്നാണ് കരുതിയിരുന്നത്. ചാരഗ്ലാസ് എന്നറിയപ്പെട്ടിരുന്ന ദൂരദർശിനി ഉപയോഗിച്ചാണ് ബഹിരാകാശഗ്രഹങ്ങളെയും നക്ഷത്രങ്ങളെയും ഗലീലിയോ നിരീക്ഷിച്ചത്. സൂര്യനിലെ കളങ്കങ്ങളും വ്യാഴത്തിന്റെ ചന്ദ്രന്മാരെയും ചന്ദ്രനിലെ ഗർത്തങ്ങളെയും ഗലീലിയോ വീക്ഷിച്ചു. 400 വർഷങ്ങൾ മുമ്പായിരുന്നു ഗലീലിയോയുടെ കണ്ടെത്തലുകൾ.

സ്ഫടിക ലെൻസുകളാണ് ആദ്യകാല ദൂരദർശിനികളിൽ ഉപയോഗിച്ചിരുന്നത്. നക്ഷത്രങ്ങൾ പുറപ്പെടുവിക്കുന്നതും ഗ്രഹങ്ങളിൽ തട്ടി പ്രതിഫലിക്കുന്നതുമായ പ്രകാശരശ്മികളെ ലെൻസുപയോഗിച്ച് കേന്ദ്രീകരിച്ചാണ് ദൂരദർശിനികൾ പ്രവർത്തിക്കുന്നത്. പിന്നീട് പുതിയ ദൂരദർശിനികൾ കണ്ടുപിടിക്കപ്പെട്ടു. അതിലൂടെ ശാസ്ത്രജ്ഞന്മാർ കൂടുതൽ അറിവുകൾ ലോകത്തിന് പകർന്നുനല്കി.

ഏത് കാലാവസ്ഥയിലും പ്രവർത്തിക്കാൻ കഴിയുന്ന റേഡിയോ ടെലസ്കോപ്പ് ഉപയോഗിച്ച് കൂടുതൽ നിരീക്ഷണങ്ങൾ സാദ്ധ്യമായി. സാങ്കേതികവിദ്യയുടെ പുരോഗതി സ്പേസ് ടെലസ്കോപ്പിന്റെയും എക്സ്റേ ഒബ്സർവേറ്ററികളുടെയും നിർമ്മാണത്തിന് കാരണമായി. പില്ക്കാലത്ത് ബഹിരാകാശത്ത് തന്നെ ടെലസ്കോപ്പുകൾ സ്ഥാപിതമായി.

## കൃത്രിമ ഉപഗ്രഹങ്ങൾ

വാർത്താവിനിമയത്തിന് കൃത്രിമോപഗ്രഹങ്ങൾ ഉപയോഗിച്ചുതുടങ്ങിയത് ശാസ്ത്രത്തിന്റെ വിലപ്പെട്ട നേട്ടമാണ്. ലോകത്തെ പരസ്പരം ബന്ധിപ്പിക്കുന്നതിനായി ബഹിരാകാശത്തേക്ക് പല രാജ്യങ്ങളും കൃത്രിമോപഗ്രഹങ്ങളെ അയച്ചിട്ടുണ്ട്. ആര്യഭട്ട, ഭാസ്കര, രോഹിണി, ആപ്പിൾ, ഇൻസാറ്റ് തുടങ്ങിയ ഉപഗ്രഹങ്ങൾ ഇന്ത്യ അയച്ചിട്ടുണ്ട്. ടെലിഫോൺ, ടെലിവിഷൻ സിഗ്നലുകളുടെ സംപ്രേഷണത്തിന് ഉപയോഗിക്കുന്നത് ഭൂസ്ഥിര ഉപഗ്രഹങ്ങളാണ്.

*ആര്യഭട്ട*

ഭൂമിയിൽനിന്ന് ഉപഗ്രഹത്തിന്റെ ഉയരം കൂടുന്തോറും ഉപഗ്രഹത്തിന് ഭൂമിയെ ചുറ്റാൻ കൂടുതൽ സമയം വേണം. ഭൂമിയിൽനിന്ന് 3600 കിലോമീറ്റർ അകലത്തിൽ സ്ഥിതിചെയ്യുന്ന ഉപഗ്രഹത്തിന് ഭൂമിയെ ഒരു പ്രാവശ്യം പ്രദക്ഷിണം ചെയ്യാൻ 24 മണിക്കൂറുകൾ മതിയാകും. ഭൂമിക്ക് സ്വന്തം അച്ചുതണ്ടിൽ ഒരു പ്രാവശ്യം കറങ്ങാനും ഇതേ സമയമാണല്ലോ വേണ്ടത്. ഇക്കാരണം കൊണ്ട് ഭൂമിയിൽനിന്ന് നോക്കുമ്പോൾ ഉപഗ്രഹം ഒരേ സ്ഥലത്ത് തന്നെ നില്ക്കുന്നതായി തോന്നും. ഇത്തരം ഉപഗ്രഹങ്ങളെ ജിയോ സിങ്ക്രണസ് അല്ലെങ്കിൽ ജിയോ സ്റ്റേഷനറി എന്ന് പറയുന്നു.

ഭൂമദ്ധ്യരേഖയിൽനിന്ന് ഏകദേശം 3600 കിലോമീറ്റർ അകലത്തിലേക്ക് വിക്ഷേപിക്കുന്ന ഉപഗ്രഹങ്ങളാണ് വാർത്താവിനിമയത്തിന് ഏറ്റവും അനുയോജ്യമായത്. ഭൂമിയുടെ ഗുരുത്വാകർഷണശക്തികൊണ്ട് മുകളിലേക്ക് ഇടുന്ന വസ്തുക്കൾ താഴേക്ക് പതിക്കുന്നുവെന്ന് അറിയാമല്ലോ. എന്നാൽ ബഹിരാകാശത്ത് എത്തുന്ന ഉപഗ്രഹങ്ങൾ ഭൂമിയിലേക്ക് വീഴാതെ ഭ്രമണ

പഥത്തിൽ ചുറ്റിക്കറങ്ങുന്നു. ഇതെങ്ങനെ സംഭവിക്കുന്നു? പറയാം.

നേർരേഖയിൽ മുകളിലേക്ക് പോകുന്ന ഉപഗ്രഹത്തിന്റെ വേഗത മുൻകൂട്ടി നിശ്ചയിക്കപ്പെടുന്നു. ഭൂമിയിൽനിന്ന് മുകളിലേക്ക് പോകുന്തോറും ഭൂമിയുടെ ഗുരുത്വാകർഷണശക്തി കുറഞ്ഞുവരുന്നു. ഇതനുസരിച്ചാണ് ഉപഗ്രഹത്തിന്റെ വേഗത മുൻകൂട്ടി കണക്കാക്കുന്നത്. എന്നാൽ ഭൂമിക്ക് മുകളിൽ ഉപഗ്രഹത്തെ എത്തിച്ചുകഴിഞ്ഞാൽ അത് അവിടെത്തന്നെ നില്ക്കണമെന്നില്ല. ഭൂമിയുടെ ആകർഷണത്താൽ അത് താഴേക്ക് പതിക്കും. അങ്ങനെ സംഭവിക്കാതിരിക്കണമെങ്കിൽ ഭൂമിക്ക് മുകളിലായി ഒരു നിശ്ചിത ഉയരത്തിൽ ഉപഗ്രഹത്തെ തള്ളിവിടണം. ഇതിന് സഹായിക്കുന്നത് റോക്കറ്റാണ്.

ഇങ്ങനെ ചുറ്റിക്കറങ്ങുന്ന പാതയിൽ ആ ദിശയിൽ പിന്നീട് ആ ഉപഗ്രഹം സഞ്ചരിച്ചുകൊണ്ടേയിരിക്കും. ഉപഗ്രഹം ഒരു നിശ്ചിതവേഗതയിലായിരിക്കും സഞ്ചരിക്കുന്നത്. ഈ വേഗത കൂടുകയോ കുറയുകയോ ചെയ്താൽ ഭൂമിയെ വിട്ടുപോവുകയോ ഭൂമിയിലേക്ക് പതിക്കുകയോ ചെയ്യും.

ഉപഗ്രഹം ഒരേ ഭ്രമണപഥത്തിൽ സഞ്ചരിച്ചുകൊണ്ടേയിരിക്കുന്നതെങ്ങനെയെന്ന് വിവരിക്കാം. ഒരു വസ്തു വൃത്താകൃതിയിൽ സഞ്ചരിക്കണമെങ്കിൽ ആ വസ്തുവിനെ വൃത്തകേന്ദ്രത്തിലേക്ക് ആകർഷിക്കുന്ന ഒരു ശക്തിയുണ്ടായിരിക്കണം. ഇതിനെ അഭികേന്ദ്രബലം എന്നാണ് പറയുന്നത്.

ഈ ബലം കാരണമാണ് ആ വസ്തുവിന് വൃത്താകൃതിയിൽ സഞ്ചരിക്കാൻ കഴിയുന്നത്. അഭികേന്ദ്രബലം ഒരു വസ്തുവിൽ പ്രയോഗിക്കപ്പെടുമ്പോൾ ന്യൂട്ടന്റെ മൂന്നാം ചലനനിയമമനുസരിച്ച് അതിന് തുല്യമായ ഒരു ബലം എതിർദിശയിൽ പ്രവർത്തിക്കും. ഇതുവഴി വസ്തു വൃത്തകേന്ദ്രത്തിൽ വീഴാതെ വൃത്തപരിധിയിൽത്തന്നെ സഞ്ചരിച്ചുകൊണ്ടിരിക്കും. ഭൂമിയെ ചുറ്റിക്കറങ്ങുന്ന ഒരു കൃത്രിമ ഉപഗ്രഹത്തിന്മേൽ ഭൂമി പ്രയോഗിക്കുന്ന ആകർഷണബലമാണ് എതിർദിശയിൽ പ്രയോഗിക്കപ്പെടുന്ന ബലം. അങ്ങനെ ഉപഗ്രഹം സ്ഥിരമായ ഒരു ഭ്രമണപഥത്തിലൂടെ സഞ്ചരിച്ചുകൊണ്ടേയിരിക്കുന്നു.

## ബഹിരാകാശയാത്രികർ

അസ്ട്രോനാട്ട് എന്നാണ് ബഹിരാകാശയാത്രികർ എന്നതിന്റെ ഇംഗ്ലീഷ് വാക്ക്. ലാറ്റിൻ ഭാഷയിൽ അസ്ട്രം എന്നാൽ നക്ഷത്രമെന്നും നൗട്ടാ എന്നാൽ കപ്പൽയാത്രക്കാരൻ എന്നുമാണർത്ഥം. റഷ്യൻ ബഹിരാകാശയാത്രികരെ കോസ്മോനാട്ട് എന്നും ഫ്രഞ്ച് ബഹിരാകാശയാത്രികരെ സ്പേഷ്യനാട്ട് എന്നും വിളിക്കുന്നു.

മുമ്പ് വിമാനം പറത്താനുള്ള കഴിവും പ്രതികൂലസാഹചര്യങ്ങളെ നേരിടാനുള്ള കഴിവുമുള്ളവർക്ക് ബഹിരാകാശയാത്രികരാകാമായിരുന്നു. പക്ഷേ, ഇന്നത്തെ ബഹിരാകാശയാത്രികരിൽ ശാസ്ത്രജ്ഞന്മാരും എഞ്ചിനീയർമാരും ഡോക്ടർമാരും പൈലറ്റുമാരും ഉൾപ്പെടുന്നു. യാത്രികരാകാൻ തെരഞ്ഞെടുക്കപ്പെടുന്നവർ കഠിനമായ ശാരീരികപരീക്ഷകൾ ജയിക്കേണ്ടതുണ്ട്. ഇവരുടെ മാനസികാരോഗ്യം, ആത്മവിശ്വാസം, ചിന്താശേഷി, ധൈര്യം തുടങ്ങിയവയൊക്കെ പരിശോധിക്കുന്നു.

ബഹിരാകാശയാത്രികരാവാൻ തെരഞ്ഞെടുക്കപ്പെടുന്നവർക്ക് കഠിനമായ പരിശീലനം നല്കുന്നു. ഇതുവഴി പ്രതീക്ഷിക്കാതെ സംഭവിക്കുന്ന പ്രശ്നങ്ങൾ കൈകാര്യം ചെയ്യാൻ അവർ പ്രാപ്തരാകുന്നു. ബഹിരാകാശത്തിലൂടെ എങ്ങനെയാണ് സഞ്ചരിക്കുന്നത്, ബഹിരാകാശത്ത് പോകുമ്പോൾ ആരോഗ്യം എങ്ങനെ പരിപാലിക്കാം തുടങ്ങിയ കാര്യങ്ങൾ അവരെ വിശദമായി പഠിപ്പിക്കുന്നു. കൂടാതെ കാലാവസ്ഥാശാസ്ത്രം, സമുദ്രശാസ്ത്രം, ജ്യോതിശാസ്ത്രം എന്നിവയെക്കുറിച്ചും ക്ലാസുകൾ എടുക്കുന്നു.

കഠിനമായ പരിശീലനത്തിൽ വിജയിക്കുന്നവരെയാണ് യാത്രയ്ക്കായി തെരഞ്ഞെടുക്കുന്നത്. ബഹിരാകാശയാത്ര തീരുമാനിക്കപ്പെട്ടുകഴിഞ്ഞാൽ അതിനുവേണ്ട സൗകര്യങ്ങൾ ഒരുക്കുകയാണ് ആദ്യം ചെയ്യേണ്ടത്. ബഹിരാകാശയാത്രയ്ക്ക് സമാനമായ കൃത്രിമ അന്തരീക്ഷത്തിൽ കഴിയാനുള്ള പരിശീലനം യാത്രികർക്ക് നല്കാറുണ്ട്.

മനുഷ്യന് ജീവിക്കാൻ വേണ്ട പ്രാണവായുവും ജലവും

*ഒരു ബഹിരാകാശ യാത്രികൻ*

ബഹിരാകാശത്ത് ലഭ്യമല്ല. ബഹിരാകാശത്തെ താപനിലയാണെങ്കിൽ ചിലപ്പോൾ വളരെ കൂടുതലായിക്കും, ചിലപ്പോൾ വളരെ കുറവായിരിക്കും. ഭൂമിയിൽ ജീവിക്കുമ്പോൾ ശരീരത്തിനകത്തെ മർദ്ദവും പുറത്തെ മർദ്ദവും ഒരേ രീതിയിലായിരിക്കുന്നതുകൊണ്ടാണ് ശരീരത്തിന് സുഖമനുഭവപ്പെടുന്നത്. ബഹിരാകാശത്ത് മർദ്ദവ്യത്യാസമനുഭവപ്പെടും.

ബഹിരാകാശയാത്രികർ ശരീരരക്ഷയ്ക്കായി സ്പേസ്സ്യൂട്ട് ധരിക്കുന്നു. ഇത് ശരീരം മുഴുവൻ മൂടുന്ന ഒരു കവചമാണ്. ഇതിനകത്ത് നിന്ന് വായുവും താപവും പുറത്തേക്ക് നഷ്ടപ്പെടാത്ത വിധത്തിലാണ് ഇതുണ്ടാക്കിയിരിക്കുന്നത്. അതായത് ഭൂമി

യിലെ അതേ സാഹചര്യമാണ് സ്പേസ്സ്യൂട്ടിനകത്ത് സൃഷ്ടിക്കുക.

ശ്വസിക്കാനുള്ള ഓക്സിജൻ ലഭിക്കാനുള്ള സിലിണ്ടർ ഇതിനകത്തുണ്ടാകും. സ്പേസ്സ്യൂട്ടിനകത്ത് ശരീരത്തിന്റെ താപനില ശരിയായ രീതിയിൽ നിലനിർത്താൻ സാധിക്കുന്നു. സഞ്ചാരികൾക്ക് പരസ്പരം ആശയവിനിമയം നടത്താനുള്ള റേഡിയോ സംവിധാനം സ്യൂട്ടിനകത്തുണ്ടാകും. അൾട്രാവയലറ്റ് രശ്മികളുടെ തീക്ഷ്ണതയിൽനിന്ന് രക്ഷ നേടാനുള്ള ഗ്ലാസും ഉൽക്കകളിൽനിന്നുള്ള രക്ഷയ്ക്കായുള്ള മറ്റൊരു ഗ്ലാസ് കവചവും ഹെൽമറ്റിന്റെ മുമ്പിൽ ഘടിപ്പിച്ചിട്ടുണ്ടാകും.

ബഹിരാകാശയാത്രികർക്ക് അനുഭവപ്പെടുന്ന ശാരീരിക ബുദ്ധിമുട്ടുകളെപ്പറ്റി ഇനിപ്പറയാം. ബഹിരാകാശയാത്രികരുടെ ചിത്രങ്ങൾ കൂട്ടുകാർ കണ്ടിരിക്കാം. ബഹിരാകാശപേടകത്തിനകത്ത് അവർ തലകീഴായോ ചരിഞ്ഞോ തൂങ്ങിക്കിടക്കുന്നതായിരിക്കും കണ്ടിരിക്കുക. ഭൂമിയിൽനിന്ന് കുതിക്കുമ്പോൾ അവർക്ക് അതിശക്തമായ ഗുരുത്വാകർഷണം അനുഭവപ്പെടുന്നു. പിന്നീട് മുകളിലേക്ക് പോകുന്തോറും ഗുരുത്വാകർഷണം തീരെയില്ലാത്തിടത്ത് അവർ എത്തിപ്പെടുന്നു. അവിടെ വെച്ചാണ് ഭാരമില്ലാത്ത അവസ്ഥ അനുഭവപ്പെടുന്നത്.

ഭൂമിയുടെ ഗുരുത്വാകർഷണത്തിൻ കീഴിൽ ജീവിച്ച ഒരാൾക്ക് ഭാരമില്ലായ്മ അനുഭവപ്പെടുമ്പോൾ പല പ്രയാസങ്ങളും അനുഭവപ്പെടുന്നു. മുകൾഭാഗമേത്, കീഴ്ഭാഗമേത് എന്നെല്ലാം മനസ്സിലാക്കാൻ സാധിക്കുകയില്ല. തലകറക്കവും അനുഭവപ്പെടും. ഭാരമില്ലായ്മ അനുഭവപ്പെടുമ്പോൾ മേശപ്പുറത്തിരുന്ന് ഭക്ഷണം കഴിക്കാൻ സാധിക്കുകയില്ല. കാരണം ഭാരമില്ലായ്മയിൽ വസ്തുക്കൾ അന്തരീക്ഷത്തിൽ ഒഴുകിനടക്കുന്നു. ഒന്നുകിൽ ഭക്ഷണം കൈയിൽ വെച്ച് തിന്നാം. അല്ലെങ്കിൽ കുഴമ്പുരൂപത്തിൽ കുഴലിൽ നിറച്ച് കഴിക്കാം.

കുടിക്കാനുള്ള വെള്ളമോ മറ്റ് പാനീയങ്ങളോ ഗ്ലാസിലേക്ക് പകരാൻ സാധിക്കുകയില്ല. അങ്ങനെ ചെയ്യാൻ ശ്രമിച്ചാൽ അത് ഗോളാകൃതിയിലുള്ള തുള്ളികളായി തങ്ങിനില്ക്കും. പാനീയ

ങ്ങൾ ഒരു സ്ട്രോ ഉപയോഗിച്ച് വലിച്ച് കുടിക്കാൻ കഴിയും.

ബഹിരാകാശദൗത്യം പൂർത്തിയാക്കിയ ശേഷം ഭൂമിയിലേക്ക് തിരിച്ച് വരുമ്പോൾ പേടകം ഭൗമാന്തരീക്ഷത്തിലേക്ക് പ്രവേശിക്കുമ്പോഴുണ്ടാകുന്ന ഘർഷണംമൂലം പേടകത്തിന്റെ പ്രതലം ചുട്ടുപഴുക്കുന്നു. ഇതും മനുഷ്യന് അസ്സഹനീയമാണ്.

## സ്പേസ് ഷട്ടിലുകൾ

ബഹിരാകാശയാത്രികരെയും മറ്റുപകരണങ്ങളെയും ബഹിരാകാശത്തെത്തിക്കുകയാണ് സ്പേസ്ഷട്ടിലിന്റെ ജോലി. ബഹിരാകാശത്തേക്ക് വിക്ഷേപിക്കുന്ന റോക്കറ്റുകൾ ഒരിക്കൽ വിക്ഷേപിച്ചുകഴിഞ്ഞാൽ കത്തിയമർന്നുപോകും. എന്നാൽ വീണ്ടും വീണ്ടും ഉപയോഗിക്കാം എന്നതാണ് സ്പേസ്ഷട്ടിലിന്റെ നേട്ടം. ബഹിരാകാശയാത്രികരുടെ ഇഷ്ടവാഹനമാണ് സ്പേസ്ഷട്ടിൽ.

സ്പേസ്ഷട്ടിലിൽ ധാരാളം ഇലക്ട്രിക് സംവിധാനങ്ങളും വയറുകളും പൈപ്പുകളും മറ്റുമുണ്ട്. ഏതെങ്കിലും ഒരുപകരണത്തിന് ചെറിയൊരു തകരാറ് സംഭവിച്ചാൽ ഷട്ടിലിന്റെ സ്ഥിതി ആകെ അവതാളത്തിലാകും. എന്തിന് ഒരു നട്ടോ ബോൾട്ടോ ഇളകിപ്പോയാലും പ്രശ്നം ഗുരുതരമാകും.

സ്പേസ്ഷട്ടിലിന് റോക്കറ്റിനുള്ള ചില കഴിവുകളും വിമാനത്തിനുള്ള കഴിവുകളുമുണ്ട്. സ്പേസ്ഷട്ടിലിന് പ്രധാനമായി മൂന്ന് ഭാഗങ്ങളാണുള്ളത്. ഓർബിറ്റർ, ഖരഇന്ധനറോക്കറ്റ് ബൂസ്റ്ററുകൾ, വലിയ ഇന്ധനടാങ്ക് എന്നിവ.

ഓർബിറ്റർ എന്ന ഭാഗത്തുകൂടിയാണ് യാത്രക്കാർ കയറുന്നതും ഉപകരണങ്ങൾ കയറ്റുന്നതും. ഓർബിറ്ററിനകത്ത് സഞ്ചാരികൾക്കുള്ള അറയും വൈമാനികഅറ, താമസഅറ, ഉപകരണ അറ എന്നിവയുമുണ്ട്. ഇവയ്ക്ക് മദ്ധ്യത്തിലായി പരീക്ഷണശാലയുമുണ്ട്. താമസിക്കാനും വിശ്രമിക്കാനുമുള്ളതാണ് താമസഅറ. ജീവിക്കാനുള്ള സംവിധാനങ്ങളും വൈദ്യുതഉപകരണങ്ങളും ഉപകരണ അറയിലുണ്ടാകും.

ഇന്ധനസെല്ലുകളാണ് ഹൈഡ്രജനും ഓക്സിജനും

സംയോജിപ്പിച്ച് ഷട്ടിലിന് വേണ്ട വെള്ളവും വൈദ്യുതിയും ഉണ്ടാക്കുന്നത്. ഷട്ടിലിനെ വശങ്ങളിലേക്ക് ചരിക്കാനുള്ള റോക്കറ്റ് ജെറ്റ് സംവിധാനം ഷട്ടിലിനകത്തുണ്ട്. കൃത്രിമ ഉപഗ്രഹങ്ങളെ എടുക്കാനും വയ്ക്കാനുമുള്ള യന്ത്രക്കൈയാണ് റിമോട്ട് മാനിപ്പുലേറ്റർ. പ്രധാന എഞ്ചിനുകളും യന്ത്രഭാഗങ്ങളും പിറകുവശത്താണ്.

ഖരഇന്ധനബൂസ്റ്ററുകളുടെയും ഇന്ധനടാങ്കിന്റെയും വലിപ്പവും ശക്തിയും വളരെ വലുതാണ്. കാരണം സ്പേസ്ഷട്ടിലിന് ഏകദേശം 20 ലക്ഷം കിലോഗ്രാം ഭാരമുണ്ടായിരിക്കും. ഇത്രയും ഭാരവും വഹിച്ചുകൊണ്ട് 600 കിലോമീറ്ററോളം ഉയരങ്ങളിലേക്ക് ഷട്ടിലിന് പറക്കേണ്ടതുണ്ട്. അതും അതിവേഗതയിൽ. ഓർബിറ്ററുകളുടെയും ഇന്ധനടാങ്കിന്റെയും ഭാരം താങ്ങുന്നത് ഖരഇന്ധനറോക്കറ്റ് ബൂസ്റ്ററുകളാണ്.

ബഹിരാകാശത്ത് എത്തിക്കഴിഞ്ഞാൽ ഏകദേശം രണ്ടാഴ്ചയോളം സഞ്ചാരികൾ ഷട്ടിലിലെ ഓർബിറ്ററിൽ താമസിക്കും. യാത്രികർക്ക് ശ്വസിക്കാനാവശ്യമായ ഓക്സിജൻ എത്തിക്കുന്നത് രണ്ട് വാതകടാങ്കുകളാണ്. ഒരു ടാങ്കിൽ ഓക്സിജനും മറ്റേതിൽ നൈട്രജനുമായിരിക്കും. ഇവ കൂട്ടിക്കലർത്തി ഷട്ടിലിനകത്തേക്ക് കടത്തിവിടുന്നു. കാർബൺഡൈഓക്സൈഡിനെ പുറന്തള്ളാനും ചൂടും ഈർപ്പവും ഒഴിവാക്കാനും സംവിധാനങ്ങളുണ്ട്.

ഇന്ധനസെല്ലുകളാണ് വൈദ്യുതിയും വെള്ളവുമുണ്ടാക്കുന്നതെന്ന് നേരത്തേ പറഞ്ഞല്ലോ. ഇന്ധനസെല്ലുകൾക്ക് മണിക്കൂറിൽ പതിനൊന്ന് കിലോഗ്രാമോളം വെള്ളമുണ്ടാക്കാൻ കഴിയും. ഈ വെള്ളം ശേഖരിച്ചുവെക്കാൻ പ്രത്യേക അറകളുമുണ്ട്. ആവശ്യാനുസരണം തണുത്ത വെള്ളവും ചൂടുവെള്ളവും ഉണ്ടാക്കാൻ കഴിയും.

ബഹിരാകാശത്ത് ഭാരമനുഭവപ്പെടാത്തതുകൊണ്ട് പൊടിപടലങ്ങൾ പറന്നുകളിക്കും. ഇവ വൃത്തിയാക്കാനുള്ള ഉപകരണങ്ങളും ഷട്ടിലിലുണ്ടാകും. പക്ഷേ, അഴുക്കെല്ലാം കളയാൻ ഭൂമിയിലെത്തിയശേഷമേ സാധിക്കുകയുള്ളു. ഷട്ടിലിൽ തീപിടിത്തം ഉണ്ടാകാനുള്ള സാദ്ധ്യതയുമുണ്ട്. തീപിടിത്തത്തെപ്പറ്റി മുന്നറി

യിപ്പ് നല്കാനും തീ കെടുത്താനുമുള്ള ഉപകരണങ്ങളും ഷട്ടിലിലുണ്ടായിരിക്കും.

യാത്രക്കാർക്ക് അന്യോന്യം സംസാരിക്കാനുള്ള ഇന്റർകോം സംവിധാനങ്ങളും ഷട്ടിലിലുണ്ട്. ഷട്ടിലിലെ ഓരോ സംവിധാനത്തെയും നിയന്ത്രിക്കാനുള്ള കംപ്യൂട്ടർ സംവിധാനങ്ങളുമുണ്ട്. ഭൂമിയിൽനിന്നുള്ള പരീക്ഷണവസ്തുക്കൾ യാത്രികർ ഒപ്പം കൊണ്ടുപോകുന്നു.

ദൗത്യം പൂർത്തിയാക്കിക്കഴിഞ്ഞാൽ മടക്കയാത്ര ആരംഭിക്കുകയായി. ദിശ മാറ്റി എഞ്ചിനുകൾ പ്രവർത്തിപ്പിക്കുന്നു. ഭൂമിയിൽ തിരിച്ചെത്തുന്ന ഷട്ടിൽ ഒരു വിമാനത്തെപ്പോലെ റൺവേയിൽ പറന്നിറങ്ങുന്നു.

## ആദ്യബഹിരാകാശ ഷട്ടിൽ

1981 ഏപ്രിൽ 12-ന് അമേരിക്കയിലെ കേപ്പ് കെന്നഡി സ്പേസ്സെന്ററിൽനിന്നും കൊളംബിയാ എന്ന ആദ്യസ്പേസ്ഷട്ടിൽ ബഹിരാകാശത്തേക്ക് കുതിച്ചുയർന്നു. ഈ ഷട്ടിൽ മുകളിലേക്ക് പൊങ്ങിയപ്പോൾ 3500 ഡിഗ്രി സെൽഷ്യസ് ചൂടുള്ള തീജ്വാലകൾ ചുറ്റും ഉയർന്നു. ഒരു മൈലോളം അകലെയുള്ള പുല്ലുകൾ കത്തിനശിച്ചു. ചില കെട്ടിടങ്ങളുടെ വാതിലുകളും ജനാലകളും തകർന്നുപോവുകയും ചെയ്തു. 36 പ്രാവശ്യം ഭൂമിയെ ചുറ്റിയശേഷം സുരക്ഷിതമായി ഷട്ടിൽ തിരിച്ച് ഭൂമിയിലേക്ക് പ്രവേശിച്ചു. വിമാനത്തെപ്പോലെ ഭൂമിയിൽ പറന്നിറങ്ങുകയും ചെയ്തു.

## ബഹിരാകാശ കേന്ദ്രങ്ങൾ

ബഹിരാകാശത്ത് ജീവിക്കാൻ പറ്റിയ സാഹചര്യമുള്ള കൃത്രിമത്താവളങ്ങളാണ് സ്പേസ്സ്റ്റേഷനുകൾ അഥവാ ബഹിരാകാശകേന്ദ്രങ്ങൾ. ബഹിരാകാശകോളനി എന്ന ലക്ഷ്യത്തിലേക്കുള്ള ആദ്യപടിയാണ് ബഹിരാകാശകേന്ദ്രങ്ങൾ. ബഹിരാകാശത്ത് താമസിച്ച് പരീക്ഷണങ്ങളും നിരീക്ഷണങ്ങളും നടത്തുകയെന്നതാണ് ഇവയുടെ ലക്ഷ്യം.

ബഹിരാകാശയാത്രകളും ബഹിരാകാശ താമസവും മനുഷ്യ ശരീരത്തെ എങ്ങനെ ബാധിക്കുന്നു, ഭാരമില്ലാത്ത അവസ്ഥയിൽ മനുഷ്യശരീരവും മറ്റ് ജീവികളുടെ ശരീരവും എങ്ങനെ പ്രവർത്തിക്കുന്നു, ബഹിരാകാശത്ത് ചെടികളുടെ വളർച്ച തുടങ്ങിയ കാര്യങ്ങൾ ബഹിരാകാശകേന്ദ്രങ്ങളിൽ വിശദമായി പഠന വിധേയമാക്കുന്നു. ബഹിരാകാശയാത്രകൾക്കിടയിലെ താവളങ്ങളായും ഇവയെ പ്രയോജനപ്പെടുത്താം. ബഹിരാകാശവാഹനങ്ങൾക്ക് ഇന്ധനം നിറയ്ക്കാനും വിക്ഷേപണങ്ങൾ നടത്താനും ഇവയെ ഉപയോഗിക്കാൻ സാധിക്കും.

## റഷ്യയുടെ മിർ

ആദ്യമായി ബഹിരാകാശകേന്ദ്രം സ്ഥാപിച്ചത് റഷ്യക്കാരാണ്. മൂന്ന് പേർക്ക് താമസിക്കാൻ സൗകര്യമുള്ള ഈ കേന്ദ്രത്തിന് സല്യൂട്ട്-1 എന്നായിരുന്നു പേര്. 1971 ലാണ് ഇത് സ്ഥാപിച്ചത്. ഇതിൽനിന്നും തിരിച്ച് ഭൂമിയിലേക്കിറങ്ങുമ്പോൾ ഉണ്ടായ വാതകച്ചോർച്ചയിൽ മൂന്ന് യാത്രികർ മരിക്കാനിടയായി. വീണ്ടും രണ്ട് സല്യൂട്ടുകൾ കൂടി റഷ്യ സ്ഥാപിച്ചു. 1984 ൽ 237 ദിവസം മനുഷ്യരെ ബഹിരാകാശത്ത് താമസിപ്പിക്കുകയും ചെയ്തു.

1986 ഫെബ്രുവരി 20-നായിരുന്നു മിർ എന്ന കേന്ദ്രം സ്ഥാപിച്ചത്. മിർ പല ദുരന്തങ്ങൾക്കും സാക്ഷിയായി. 1997 ഫെബ്രുവരി 23-ാം തീയതി മിർ സ്പേസ്സ്റ്റേഷനിൽ വൻതീപിടിത്തമുണ്ടായി. ഉരുക്ക് കൊണ്ടുണ്ടാക്കിയ മിറിന്റെ ഭിത്തികൾ ഉരുകിവീണു. മിറിലുണ്ടായിരുന്ന ആറ് ബഹിരാകാശസഞ്ചാരികൾ ഭാഗ്യത്തിന് പരിക്കൊന്നും കൂടാതെ രക്ഷപ്പെട്ടു. അതേ വർഷം ഭൂമിയിൽനിന്ന് ചരക്കുമായി വന്ന ഷട്ടിൽ മിറുമായി കൂട്ടിയിടിച്ചു. മിറിലേക്ക് പേടകം ഇടിച്ചുകയറിയപ്പോൾ മിറിനകത്തുള്ള മർദ്ദം കുറയാൻ തുടങ്ങി. ഇതുവഴി മിറിലെ പരീക്ഷണശാലകൾക്ക് ആഘാതങ്ങളേറ്റു. മിറിനകത്തുണ്ടായിരുന്ന യാത്രക്കാർ രക്ഷപ്പെട്ടു.

പിന്നീട് റഷ്യ സാമ്പത്തികപ്രശ്നങ്ങളിൽപ്പെട്ടപ്പോൾ മിറിന്റെ പ്രവർത്തനങ്ങൾ സുഗമമായി നടത്താൻ കഴിഞ്ഞില്ല. ഭാവിയിലെ വിനോദസഞ്ചാരകേന്ദ്രമായി മാറേണ്ടിയിരുന്ന മിറിന് തന്റെ ദൗത്യം അവസാനിപ്പിക്കേണ്ടിവന്നു. മിറിനെ ഭൂമിയിലേക്ക്

വീഴ്ത്താൻ റഷ്യ തീരുമാനിച്ചു. 2001 മാർച്ച് 28-ന് എട്ട് കഷണങ്ങളായി കത്തിയമർന്ന് മിർ തെക്കൻപസഫിക് മഹാസമുദ്രത്തിൽ പതിച്ചു.

## അമേരിക്കയുടെ സ്കൈലാബ്

പതിനായിരം ഘനയടി വ്യാപ്തിയുള്ള സ്കൈലാബ് ആണ് അമേരിക്ക സ്ഥാപിച്ച ബഹിരാകാശകേന്ദ്രം. 1973 മുതൽ 1979 വരെ സ്കൈലാബിൽ പരീക്ഷണങ്ങൾ നടന്നു. 1973 മെയ് 14-നായിരുന്നു നാസ സ്കൈലാബ് വിക്ഷേപിച്ചത്.

പക്ഷേ, വിക്ഷേപണഘട്ടത്തിൽതന്നെ പ്രശ്നങ്ങൾക്ക് തുടക്കമായി. ഉൽക്കകളിൽനിന്നും ബഹിരാകാശകേന്ദ്രത്തിന് സംരക്ഷണം നല്കുന്ന ഉൽക്കാകവചം സ്കൈലാബിൽനിന്നും വേർപെട്ട് പോയി. പിന്നീട് സോളാർപാനലുകൾക്ക് കേട് സംഭവിച്ചു. വൈദ്യുതിവിതരണവും കുഴപ്പത്തിലായി. വളരെ പരിശ്രമഫലമായി ഈ പ്രശ്നങ്ങൾ പരിഹരിക്കപ്പെട്ടു.

സ്കൈലാബിൽ താമസിച്ച് ഗവേഷകർ പരീക്ഷണങ്ങൾ നടത്തി. അവർ ഭൂമിയിലേക്ക് വന്നുപൊയ്ക്കൊണ്ടിരുന്നു. സൂര്യനേയും ഭൂമിയേയും സംബന്ധിച്ച പല പുതിയ വിവരങ്ങളും നമുക്ക് ലഭിച്ചു. 84 ദിവസങ്ങൾ മനുഷ്യൻ സ്കൈലാബിൽ താമസിച്ചു. പിന്നീട് ഒരു നിശ്ചിതഭ്രമണപഥത്തിൽ അതിനെ നിർത്തി. വിക്ഷേപിച്ച് നാല് വർഷമായപ്പോഴേക്കും സ്കൈലാബ് ഭ്രമണപഥത്തിൽനിന്നും തെന്നിമാറുന്നതായി മനസ്സിലായി.

*സ്കൈലാബ്*

1979 ൽ സ്കൈലാബ് ഭൂമിയിലേക്ക് പതിക്കുമെന്ന പേടി സ്വപ്നമായി. ആ സമയത്ത് ലോകമെങ്ങുമുള്ള ആളുകൾ 'സ്കൈലാബ് തലയിൽ വീഴുമോ' എന്നോർത്ത് ഭയന്നാണ് ജീവിച്ചിരുന്നത്. 1979 ജൂലൈ 11 ന് സ്കൈലാബ് ഭൂമിയിൽ വീണു. തെക്കുകിഴക്കൻ ഇന്ത്യൻ മഹാസമുദ്രം മുതൽ പടിഞ്ഞാറൻ ഓസ്ട്രേലിയയുടെ ജനവാസമേഖലകൾ വരെ സ്കൈലാബ് ചിതറി വീണു. ഭാഗ്യത്തിന് ആളപായമൊന്നുമുണ്ടായില്ല.

## ഇന്റർനാഷണൽ സ്പേസ് സ്റ്റേഷൻ

വിവിധ രാജ്യങ്ങൾ ചേർന്ന് നിർമ്മിക്കുന്ന അന്താരാഷ്ട്ര ബഹിരാകാശകേന്ദ്രം 1998 ൽ നിർമ്മാണം ആരംഭിച്ചു. ഭൂമിയിൽ നിന്ന് നഗ്നനേത്രങ്ങൾകൊണ്ട് കാണാൻ പറ്റുന്ന രീതിയിലായിരിക്കും ഇത് സ്ഥാപിക്കുന്നത്.

ഇതിന് 3,69,914 കിലോഗ്രാം ഭാരവും 51 മീറ്റർ നീളവും 109 മീറ്റർ വീതിയും 20 മീറ്റർ പൊക്കവുമുണ്ടായിരിക്കും. 837 ക്യുബിക് മീറ്ററാണ് വ്യാപ്തി. മുമ്പ് നിർമ്മിച്ച സ്പേസ്സ്റ്റേഷനുകളേക്കാൾ ഭാരം ഇതിനുണ്ടാകും. ഇന്റർനാഷണൽ സ്പേസ്സ്റ്റേഷന് റഷ്യൻ ബഹിരാകാശകേന്ദ്രമായ മിറിനേക്കാളും നാലിരട്ടി വലിപ്പമുണ്ടാകും.

ഓരോ രാജ്യവും പ്രത്യേകം പ്രത്യേകം ബഹിരാകാശകേന്ദ്രങ്ങൾ നിർമ്മിക്കുമ്പോഴുള്ള സാമ്പത്തികച്ചെലവ് കുറയ്ക്കാനാണ് പല രാഷ്ട്രങ്ങൾ ഒന്നിച്ചുചേർന്നുള്ള ഈ സംരംഭം. ചന്ദ്രനിലേക്കും ചൊവ്വയിലേക്കും നടത്താനുദ്ദേശിക്കുന്ന ദൗത്യങ്ങളുടെ പഠനങ്ങൾ ഈ കേന്ദ്രത്തിൽവെച്ച് നടത്താവുന്നതാണ്.

അമേരിക്ക, കാനഡ, ജപ്പാൻ, റഷ്യ, ബെൽജിയം, ഡെൻമാർക്ക്, ഫ്രാൻസ്, ജർമ്മനി, ഇറ്റലി, നെതർലാൻഡ്, നോർവേ, സ്പെയിൻ, സ്വീഡൻ, സ്വിറ്റ്സർലൻഡ്, ബ്രിട്ടൻ, ബ്രസീൽ എന്നീ രാജ്യങ്ങളുടെ പങ്കാളിത്തത്തോടെയാണ് ഈ കേന്ദ്രം നിർമ്മിക്കുന്നത്. ഓരോ രാജ്യങ്ങളും ഓരോ സാങ്കേതിക ഉപകരണങ്ങൾ നിർമ്മിച്ച് നല്കുന്നു.

ഇന്റർനാഷണൽ സ്പേസ്സെന്ററിൽ വെച്ച് നടത്താൻ ഉദ്ദേ

ശിക്കുന്ന ചില പഠനങ്ങൾ ഇനിപ്പറയുന്നു.

- പ്രോട്ടീൻ ക്രിസ്റ്റലുകളെ ബഹിരാകാശത്ത് വളർത്താൻ കഴിയുമോ?
- ബഹിരാകാശസാഹചര്യത്തിൽ ജൈവകോശങ്ങളെ വളർത്താൻ കഴിയുമോ?
- കുറഞ്ഞ ഗുരുത്വാകർഷണത്തിൽ മനുഷ്യശരീരത്തിന് സംഭവിക്കുന്ന മാറ്റങ്ങൾ എന്തൊക്കെ?
- ഉരുകിയ ലോഹങ്ങളെപ്പറ്റിയും തീജ്വാലകൾ ഗുരുത്വാകർഷണമില്ലാത്തിടത്ത് എങ്ങനെ കത്തുന്നു എന്നതിനെക്കുറിച്ചുമുള്ള പഠനം.
- ബഹിരാകാശത്ത് നിന്നുകൊണ്ട് ഭൂമി, ഭൂമിയുടെ അന്തരീക്ഷം, വനങ്ങൾ, സമുദ്രങ്ങൾ, പർവ്വതങ്ങൾ, കൊടുങ്കാറ്റ് എന്നിവയെപ്പറ്റിയുള്ള കൂടുതലായ പഠനം.
- 1967 ഏപ്രിൽ 24-ന് സോയൂസ്-1 എന്ന ബഹിരാകാശവാഹനം ഭൂമിയിലേക്ക് തിരിച്ചിറങ്ങുമ്പോൾ വാഹനത്തിന്റെ പാരച്യൂട്ട് തുറന്നില്ല. നിലത്തിടിച്ചിറങ്ങിയ സോയൂസ്-1 കത്തിയമർന്നു. വാഹനത്തിനകത്തുണ്ടായിരുന്ന സോവിയറ്റ് ബഹിരാകാശസഞ്ചാരിയായ വ്ളാഡിമിർ കൊമറോവ് കൊല്ലപ്പെട്ടു.
- 1971 ജൂൺ 30-ന് സല്യൂട്ട്-1 എന്ന ബഹിരാകാശകേന്ദ്രത്തിൽ താമസിച്ചിരുന്ന മൂന്ന് യാത്രികരെയുംകൊണ്ട് സോയൂസ് -11 എന്ന വാഹനം ഭൂമിയിൽ തിരിച്ചെത്തി. പക്ഷേ, വാഹനം തുറന്നുനോക്കിയപ്പോൾ മൂവരെയും മരിച്ചനിലയിൽ കണ്ടെത്തി. ശ്വാസവായു ചോർന്നതാകാം മരണകാരണമെന്ന് കരുതുന്നു.
- 1986 ജനുവരി 28-ന് സ്പേസ് ഷട്ടിലായ ചലഞ്ചർ വിക്ഷേപണത്തിന് 73 സെക്കന്റുകൾക്കുശേഷം പൊട്ടിത്തെറിച്ച് ഏഴ് യാത്രികർ മരിച്ചു. റോക്കറ്റിലെ ഓവറിങ് റീൽ തകർന്നതായിരുന്നു ദുരന്തകാരണം.
- 2003 ഫെബ്രുവരി 1-ന് കൊളംബിയ എന്ന സ്പേസ്ഷട്ടിൽ പതിനേഴ് ദിവസത്തെ ബഹിരാകാശവാസത്തിനുശേഷം

ഭൂമിയിലേക്ക് തിരിച്ചുവരുമ്പോൾ ലാൻഡ് ചെയ്യുന്നതിന് ഏതാനും നിമിഷങ്ങൾക്കുമുമ്പ് പൊട്ടിത്തെറിച്ചു. കത്തിയമർന്ന കൊളംബിയയിൽ ഏഴ് മനുഷ്യജീവനുകൾ നഷ്ടമായി. ഇതിൽ ഇന്ത്യാക്കാരിയായ കൽപ്പനാചൗളയും ഉൾപ്പെടുന്നു.

## ഏഴ് തവണ ബഹിരാകാശയാത്ര

ഏറ്റവും കൂടുതൽ തവണ ബഹിരാകാശയാത്ര നടത്തിയത് അമേരിക്കക്കാരായ ജെറിലിനറോസും ഫ്രാങ്ക്ളിൻ റാമൺ ചാംഗ്ഡിയാസുമാണ്.

ജെറിലിനറോസ് യുണൈറ്റഡ് സ്റ്റേറ്റ്സിലെ ഫ്ളൈറ്റ് എഞ്ചിനീയറായിരുന്നു. 1980 ൽ ബഹിരാകാശയാത്രികനായി തെരഞ്ഞെടുക്കപ്പെട്ടു.

ജെറി നടത്തിയ ബഹിരാകാശയാത്രകൾ ഇവയാണ് :

- ഫ്ളോറിഡയിലെ കെന്നഡി സ്പേസ്സെന്ററിൽനിന്ന് 1985 നവംബർ 26-ന് വിക്ഷേപിക്കപ്പെട്ട STS-61-B അറ്റ്ലാന്റിസിലായിരുന്നു ഇദ്ദേഹത്തിന്റെ കന്നി ബഹിരാകാശയാത്ര. ഭൂമിയെ 108 തവണ ചുറ്റിക്കറങ്ങിയശേഷം ഡിസംബർ 3-ന് തിരിച്ചെത്തി.
- വീണ്ടും STS-27 അറ്റ്ലാന്റിസിൽ 1988 ഡിസംബർ 2-ന് ബഹിരാകാശത്തേക്കുയർന്നു. 68 പ്രാവശ്യം ഭൂമിയെ വലംവെച്ചശേഷം ഡിസംബർ 6-ന് തിരിച്ചെത്തി.
- പിന്നീട് 1991 ഏപ്രിൽ 5-ന് പുറപ്പെട്ട STS-27 അറ്റ്ലാന്റിസിലായിരുന്നു യാത്ര. ഇത്തവണ പത്ത് മണിക്കൂറോളം ജെറി ബഹിരാകാശത്ത് നടന്നു. 93 തവണ ഭൂമിയെ വലംവെച്ചു. ഏപ്രിൽ 11 ന് തിരിച്ചുവന്നു.
- 1993 ഏപ്രിൽ 26-ന് STS-27 കൊളംബിയയിൽ നടത്തിയ നാലാം യാത്രയിൽ 160 തവണ ഭൂമിയെ ചുറ്റി.
- അടുത്ത യാത്ര 1995 നവംബർ 12-ന് STS-27 -ലായിരുന്നു. ഇത് എട്ട് ദിവസം നീണ്ടുനിന്നു.
- 1998 ഡിസംബർ 4 മുതൽ 15 വരെ STS-88 എൻഡവറിലായിരുന്നു അടുത്ത യാത്ര. ഇപ്രാവശ്യം മൊത്തം 21

മണിക്കൂറോളം ജെറി ബഹിരാകാശത്ത് നടന്നു.

- ഏഴാം തവണത്തെ യാത്ര STS-110 അറ്റ്ലാന്റിസിൽ 2002 ഏപ്രിൽ 8 മുതൽ 19 വരെയായിരുന്നു. ഈ സ്പേസ്ഷട്ടിൽ ഇന്റർനാഷണൽ സ്പേസ്സ്റ്റേഷൻ സന്ദർശിക്കാൻ പോയതായിരുന്നു.

ഫ്രാങ്ക്ളിൻ റാമൺ ചാംഗ്ഡിയാസ് മെക്കാനിക്കൽ ബിരുദ ധാരിയാണ്. 1980 ൽ നാസയിൽ ചേർന്നു. ആദ്യയാത്ര STS-61-C-ൽ ആയിരുന്നു. പിന്നീട് 1989 ൽ STS-34-ലും 1992 ൽ STS-46-ലും 1994-ൽ STS-60-ലും 1996 ൽ STS-75-ലും 1998-ൽ STS-91-ലും 2002-ൽ STS-111-ലും ആയിരുന്നു യാത്രകൾ.

## വാലന്റീന തെരഷ്കോവ

ബഹിരാകാശയാത്ര നടത്തിയ ആദ്യവനിതയാണ് വാലന്റീന തെരഷ്കോവ. 1963 ജൂൺ 16-ാം തീയതി ബഹിരാകാശത്തേക്ക് വിക്ഷേപിച്ച വോസ്തോക്-6 എന്ന സ്പേസ്ഷട്ടിലിലാണ് ഇവർ ബഹിരാകാശത്തേക്കുയർന്നത്. മൂന്ന് ദിവസം നീണ്ടുനിന്ന ബഹിരാകാശയാത്രയ്ക്കിടയിൽ വാലന്റീന പല പരീക്ഷണങ്ങളും നടത്തി.

1937 മാർച്ച് 6 ന് റഷ്യയിലെ യാരോസ്ലാവ്ഒബ്ലാസ്റ്റയിലാണ് വാലന്റീന ജനിച്ചത്. വളരെ ചെറുപ്പത്തിൽത്തന്നെ പാരച്യൂട്ടിങ്ങിൽ താല്പര്യമുണ്ടായിരുന്നു.

സോവിയറ്റ് യൂണിയനിലെ റോക്കറ്റ് എഞ്ചിനീയറായ സെർജേ കോരോൾയോവ് ആണ് ഒരു വനിതയെ ബഹിരാകാശത്തേക്കയക്കണമെന്ന ആശയവുമായി മുന്നോട്ടുവന്നത്. 1962 ഫെബ്രുവരി 16 ന് ബഹിരാകാശയാത്രികരുടെ സംഘത്തിലേക്ക് വാലന്റീന തെരഞ്ഞെടുക്കപ്പെട്ടു. നാലായിരം അപേക്ഷകരിൽ വാലന്റീന ഉൾപ്പെടെ അഞ്ചുപേരാണ് തെരഞ്ഞെടുക്കപ്പെട്ടത്. ഇവരിൽ നിന്നും വാലന്റീന ദൗത്യത്തിനായി നിയോഗിക്കപ്പെട്ടു.

ഏകാന്തവാസം, ഭാരമില്ലാത്ത അവസ്ഥയിലെ ജീവിതം, സ്പേസ് ക്രാഫ്റ്റ് എഞ്ചിനീയറിങ്, റോക്കറ്റ് സിദ്ധാന്തങ്ങൾ തുടങ്ങി ഒട്ടേറെ കാര്യങ്ങളിൽ വാലന്റീനയ്ക്ക് പരിശീലനം നല്ക

പ്പെട്ടു. ബഹിരാകാശയാത്രയിലുടനീളം ശാരീരികഅസ്വസ്ഥതകൾ വാലന്റീനയെ അലട്ടി. വോസ്തോക്-6-ൽ അവർ 48 പ്രാവശ്യം അവർ ഭൂമിയെ വലംവെച്ചു.

## രാകേഷ് ശർമ്മ

1949 ജനുവരി 13-ന് രാജസ്ഥാനിലെ ജയ്പൂരിൽ ജനിച്ചു. പഠനശേഷം ഇന്ത്യൻഎയർഫോഴ്സിൽ വിൻകമാൻഡറായി ചേർന്നു. ഐ എസ് ആർ ഒ യുമായി ചേർന്ന് പ്രവർത്തിച്ച അദ്ദേഹം ബഹിരാകാശത്തെത്തിയ ആദ്യ ഇന്ത്യാക്കാരനാണ്. 1984 ൽ സല്യൂട്ട്-7 എന്ന ബഹിരാകാശകേന്ദ്രത്തിൽ രണ്ട് സോവിയറ്റ് ബഹിരാകാശയാത്രികർക്കൊപ്പം എട്ട് ദിവസങ്ങൾ ചെലവഴിച്ചു. ബഹിരാകാശത്ത് നിന്ന് ഭൂമി എങ്ങനെയിരുന്നു എന്ന ചോദ്യത്തിന് "സാരേ ജഹാം സേ അഛാ"(ലോകത്തിലെ ഏറ്റവും നല്ല സ്ഥലം) എന്നാണ് രാകേഷ് ശർമ്മ പറഞ്ഞത്. അശോകചക്ര നല്കി ഭാരതം അദ്ദേഹത്തെ ആദരിച്ചു.

## ഒറ്റനോട്ടത്തിൽ:

- ബഹിരാകാശത്തെത്തിയ ആദ്യമനുഷ്യൻ യൂറിഗഗാറിൻ ആണ്. 1961 ഏപ്രിൽ 12-ന് വോസ്തക്-1 എന്ന പേടകത്തിലാണ് അദ്ദേഹം പോയത്.
- ചന്ദ്രനിൽ ആദ്യം നടന്നത് നീൽ ആംസ്ട്രോങ്ങാണ്. അദ്ദേഹത്തോടൊപ്പം എഡ്വിൻ ആൽഡ്രിനും ചന്ദ്രനിലിറങ്ങി നടന്നു. 1969 ജൂലൈ 20 നായിരുന്നു ഇത്.
- ബഹിരാകാശയാത്ര നടത്തിയ ആദ്യവനിതയാണ് വാലന്റീന തെരഷ്കോവ.
- ബഹിരാകാശത്തേക്ക് പറന്ന ഏറ്റവും പ്രായം കൂടിയ യാത്രികൻ ജോൺഗ്ലെൻ ആണ്. 77-ാം വയസ്സിലായിരുന്നു അദ്ദേഹം ഈ നേട്ടം കൈവരിച്ചത്.

# ചരിത്രത്തിന്റെ ചാരുശില്പങ്ങൾ

**ലോ**കത്ത് പലയിടങ്ങളിലും നിലനില്ക്കുന്ന നൂറ്റാണ്ടുകൾ പഴക്കമുള്ള ചരിത്രസ്മാരകങ്ങളിൽ അക്കാലത്തെ ജീവിത സംസ്കാരങ്ങൾ പ്രതിഫലിക്കുന്നു. അന്നത്തെ ആളുകളുടെ ജീവിത രീതി, ജീവിതനിലവാരം, സാങ്കേതികമികവ്, കലാവൈദഗ്ദ്ധ്യം തുടങ്ങി എത്രയോ കാര്യങ്ങൾ നമുക്ക് ഇതിലൂടെ മനസ്സിലാക്കാൻ കഴിയുന്നു. ഭാവിതലമുറയ്ക്കായി ഭൂതകാലം കരുതിവെച്ച ഓർമ്മ ച്ചെപ്പുകളാണ് ആത്മസമർപ്പണമുള്ള ആളുകളുടെ കരവിരുതിലൂടെ പണിതുയർത്തപ്പെട്ട ഈ ചരിത്രവിസ്മയങ്ങൾ. അവയിൽ ചിലതിനെ വായിച്ചറിയൂ:

ലോകസാംസ്കാരികചരിത്രത്തിൽ വളരെ പ്രാധാന്യമുള്ള പല സ്മാരകങ്ങളും ഇപ്പോൾ ലോകപൈതൃകകേന്ദ്രങ്ങളുടെ പട്ടികയിൽപ്പെടുത്തിയിട്ടുണ്ട്. ഐക്യരാഷ്ട്രസഭയുടെ ഭാഗമായി പ്രവർത്തിക്കുന്ന അന്താരാഷ്ട്രസംഘടനയായ യുനെസ്കോ ആണ് ലോകപൈതൃകകേന്ദ്രങ്ങളായി ഇവയെ സംരക്ഷിക്കുവാൻ മുന്നിട്ടിറങ്ങിയിരിക്കുന്നത്. ലോകപൈതൃകസമിതി അംഗീകരിച്ച 890 പൈതൃകകേന്ദ്രങ്ങൾ ഇപ്പോൾ ലോകത്തെമ്പാടുമുണ്ട്. പ്രകൃതിപരമായി പ്രത്യേകതയുള്ള കേന്ദ്രങ്ങളും ഇവയിൽ ഉൾപ്പെടുന്നു. ഇന്ത്യയിൽ 27 ലോകപൈതൃകകേന്ദ്രങ്ങളുണ്ട്.

## ചൈനയിലെ വൻമതിൽ

അനേകം നാട്ടുരാജ്യങ്ങൾ ചേർന്നതായിരുന്നു പണ്ടത്തെ ചൈനാരാജ്യം. നാട്ടുരാജ്യങ്ങൾ തമ്മിൽ ശത്രുതയുമുണ്ടായിരുന്നു. ഇവയെ കൂട്ടിയിണക്കാൻ ശ്രമിച്ചത് ചിൻരാജവംശമാണ്. ചിൻരാജവംശത്തിലെ ഷി ഹ്വാങ് തി ആയിരുന്നു ആദ്യചൈനാചക്രവർത്തി. ശത്രുക്കളുടെ ആക്രമണത്തിൽനിന്നും രാജ്യത്തെ

ചൈനയിലെ വൻമതിൽ

രക്ഷിക്കാനായി ഒരു വലിയ മതിൽ നിർമ്മിക്കാൻ ചക്രവർത്തി തീരുമാനിച്ചു. അങ്ങനെയാണ് വൻമതിൽ നിർമ്മിക്കപ്പെട്ടത്.

രാജ്യത്തിലെ മൂന്നിലൊന്ന് ആളുകളും മതിലിന്റെ നിർമ്മാണത്തിൽ പങ്കെടുത്തിരുന്നു. ചരൽക്കല്ലും ഇഷ്ടികയും കൊണ്ടായിരുന്നു 2400 കിലോമീറ്റർ നീളമുള്ള ഈ കോട്ട പണിതുയർത്തിയത്. ഉയരം 20 മുതൽ 50 അടി വരെ. അടിഭാഗത്ത് 15 മുതൽ 40 അടി വരെയും മുകൾഭാഗത്തിന് 12 മുതൽ 35 അടി വരെയുമാണ് വീതി.

ഓരോ നൂറ് മീറ്ററിലും പ്രത്യേക നിരീക്ഷണ ഗോപുരങ്ങൾ നിർമ്മിച്ചിട്ടുണ്ട്. ബി സി 221 നും 210 നും ഇടയ്ക്ക് നിർമ്മാണമാരംഭിച്ച മതിൽ നാനൂറ് വർഷങ്ങൾക്കുശേഷം മിങ് ചക്രവർത്തിമാർ ഇന്നത്തെ രൂപത്തിലാക്കി. പിന്നീട് പല പ്രാവശ്യം അറ്റകുറ്റപ്പണികൾ നടത്തിയിട്ടുണ്ട്.

## അജന്താഗുഹകൾ

മഹാരാഷ്ട്രയിൽ ഔറംഗാബാദിലെ ലേനാപ്പൂരിലാണ് അജന്താഗുഹകൾ സ്ഥിതിചെയ്യുന്നത്. വഘോരാനദീതീരത്തെ മുപ്പതോളം ഗുഹകൾ പുറംലോകത്തിന് കാട്ടിക്കൊടുത്തത് ബ്രിട്ടീഷ് സൈനികനായിരുന്ന ക്യാപ്റ്റൻ ജോൺസ്മിത്തായിരുന്നു. 1819 ൽ നായാട്ടിനായി കാട്ടിലെത്തിയ സ്മിത്തും സംഘവും ഒരു കടുവയെ വേട്ടയാടിക്കൊണ്ട് എത്തിപ്പെട്ടത് ഈ ഗുഹകൾക്കടുത്തായിരുന്നു.

പാറയിൽ കൊത്തിയുണ്ടാക്കിയ ഗുഹാക്ഷേത്രങ്ങൾക്കുള്ളിൽ പ്രാചീനഭാരതത്തിലെ ചിത്രകലാസമ്പ്രദായമനുസരിച്ച് വരച്ച ചിത്രങ്ങളിൽ ശ്രീബുദ്ധന്റെ ജീവിതസന്ദർഭങ്ങളും ജാതകകഥകളും ചിത്രീകരിച്ചിരിക്കുന്നു. ചിത്രങ്ങൾ മങ്ങിത്തുടങ്ങിയപ്പോൾ പ്രാചീനതയെ സംരക്ഷിക്കുന്നതിന്റെ ഭാഗമായി ഇവ കാത്തുസൂക്ഷിക്കുന്നതിനുള്ള ശ്രമങ്ങൾ നടന്നിരുന്നു. രണ്ടായിരത്തിലേറെ വർഷം പഴക്കമുള്ള ഗുഹകളിൽ ധ്യാനമണ്ഡപങ്ങളുമുണ്ട്.

ഉറപ്പുള്ള പാറകൾ കൊണ്ടാണ് ഈ ഗുഹകൾ നിർമ്മിച്ചിരിക്കുന്നത്. അതിവിദഗ്ദ്ധ കരകൗശലവിദ്യകൾകൊണ്ട് ഗുഹാമുഖം മനോഹരമാക്കപ്പെട്ടിരിക്കുന്നു. ബി സി മൂന്നാം നൂറ്റാണ്ടിൽ ഭാരതം ഭരിച്ചിരുന്ന അശോകചക്രവർത്തി ബുദ്ധമതപ്രചരണത്തിന് അയച്ചവരാണ് ഈ ഗുഹകൾ നിർമ്മിച്ചതെന്ന് കരുതുന്നു. 1983 ൽ അജന്താഗുഹകളെ ലോകപൈതൃകകേന്ദ്രമായി പ്രഖ്യാപിച്ചു.

## എല്ലോറ ഗുഹകൾ

മഹാരാഷ്ട്രയിലെ ഔറംഗബാദ് ജില്ലയിൽ തന്നെയാണ് എല്ലോറ ഗുഹകളും സ്ഥിതിചെയ്യുന്നത്. നൂറോളം ഗുഹകളിൽ മുപ്പത്തിനാലെണ്ണമാണ് പ്രധാനപ്പെട്ടവ. അഗ്നിപർവ്വതസ്ഫോടനത്തിന്റെ ഫലമായുണ്ടായ പാറകളിലാണ് ഗുഹകൾ നിർമ്മിച്ചിരിക്കുന്നത്. അഞ്ചാം നൂറ്റാണ്ട് മുതൽ പത്താം നൂറ്റാണ്ട് വരെ ജീവിച്ചിരുന്ന രാഷ്ട്രകൂടരാജവംശത്തിന്റെ കാലത്താണ് എല്ലോറ

ഗുഹകൾ നിർമ്മിക്കപ്പെട്ടതെന്ന് കരുതുന്നു. ഹൈന്ദവരുടെ ഗുഹകൾ രാഷ്ട്രകൂടവംശക്കാരുടെ കാലത്തും ജൈനഗുഹകൾ പിന്നീടും ബുദ്ധഗുഹകൾ ഇവർക്ക് മുമ്പും നിർമ്മിക്കപ്പെട്ടവയാണ്.

ഇന്ത്യയിലെ പുരാതന മദ്ധ്യകാലഘട്ടത്തിലെ ഹിന്ദുജൈനബുദ്ധമതസംസ്കാരത്തിന്റെ ജീവിക്കുന്ന പ്രതീകങ്ങളാണ് എല്ലോറയിലെ പാറയിൽ കൊത്തിയുണ്ടാക്കിയിരിക്കുന്ന ക്ഷേത്രമാതൃകകൾ. ഇവിടെ 12 ബുദ്ധമതഗുഹകളും 17 ഹിന്ദുമതഗുഹകളും 5 ജൈനമതഗുഹകളുമുണ്ട്. മതസൗഹാർദ്ദത്തിന്റെ സന്ദേശം പരത്തുന്ന ചരിത്രപ്രതീകങ്ങളായി ഇവ നിലകൊള്ളുന്നു.

പില്ക്കാലത്ത് ഹൈദരാബാദിലെ നിസാം രാജവംശത്തിന്റെ നിയന്ത്രണത്തിലായ എല്ലോറഗുഹകൾ ഇപ്പോൾ ആർക്കിയോളജിക്കൽ സർവ്വേ ഓഫ് ഇന്ത്യയുടെ സംരക്ഷണത്തിലാണ്. ഇവിടെയുള്ള പതിനാറാം നമ്പർ ഗുഹ ഒറ്റക്കല്ലിൽ തീർത്തതാണ്. ഒറ്റക്കല്ലിൽ പണി കഴിപ്പിച്ച ലോകത്തിലെ ഏറ്റവും വലിയ നിർമ്മിതിയായ ഈ ഗുഹ ഗ്രേറ്റ് കൈലാസ് അഥവാ കൈലാസഗുഹ എന്നറിയപ്പെടുന്നു. 1983 ൽ യുനെസ്കോയുടെ ലോകപൈതൃക കേന്ദ്രങ്ങളുടെ പട്ടികയിൽ എല്ലോറഗുഹകൾക്ക് സ്ഥാനം ലഭിച്ചു.

## കൊളോസിയം

ഇറ്റലിയിൽ റോമിന്റെ മദ്ധ്യഭാഗത്ത് സ്ഥിതിചെയ്യുന്ന അണ്ഡാകൃതിയിലുള്ള മേല്ക്കൂരയില്ലാത്ത കെട്ടിടമാണ് കൊളോസിയം. വെസ്പാസിയൻ രാജാവിന്റെ കീഴിൽ എ ഡി 70 നും 72 നും ഇടയ്ക്കാണ് ഇതിന്റെ നിർമ്മാണം ആരംഭിച്ചത്. എ ഡി 80 ൽ ടൈറ്റസ് രാജാവിന്റെ കാലത്ത് പണിപൂർത്തിയായി.

ഏകദേശം ആറ് ഏക്കർ വിസ്തീർണ്ണമുള്ള ഈ കളിസ്ഥലത്തിന് എൺപത് വാതിലുകളുണ്ടായിരുന്നു. ഇവയിൽ ചിലത് ഇപ്പോൾ തകർന്നുപോയിട്ടുണ്ട്. അമ്പതിനായിരം കാണികൾക്ക് ഇരിക്കാവുന്ന കൊളോസിയത്തിൽ വാൾപ്പയറ്റ് മത്സരങ്ങളും റോമൻ ഐതിഹ്യകഥകളെ അടിസ്ഥാനമാക്കിയുള്ള നാടക

ങ്ങളും നടന്നിരുന്നു. ഇത് കാണാനായി റോമൻ ചക്രവർത്തി ഉൾപ്പെടെയുള്ള വൻജനാവലി ഇവിടെ തടിച്ചുകൂടിയിരുന്നു.

മൃഗങ്ങൾ തമ്മിലുള്ള പോരും ഇവിടെ നടന്നിരുന്നു. വാൾപ്പയറ്റിനായി പങ്കെടുത്തിരുന്നവർ അടിമകളും കുറ്റവാളികളുമായിരുന്നു. രാജകുടുംബത്തിലുള്ളവരും ചിലപ്പോൾ ഇതിൽ പങ്കെടുത്തിരുന്നു. കൊമോഡസ് എന്ന ചക്രവർത്തി ഏറ്റുമുട്ടിയിരുന്നത് നിരായുധരായ എതിരാളികളുമായിട്ടായിരുന്നു. തനിക്ക് വിജയം ഉറപ്പിക്കാനായിരുന്നു അദ്ദേഹം ഇങ്ങനെ ചെയ്തിരുന്നത്.

വാൾപ്പയറ്റിൽ പങ്കെടുത്തിരുന്ന അടിമകൾക്ക് പല പ്രാവശ്യം വിജയം കൈവരിച്ചുകഴിഞ്ഞാൽ മോചനത്തിനായി ചക്രവർത്തിയോട് അപേക്ഷിക്കാം. അനുവാദം നല്കുന്നതിന്റെ സൂചനയായി മരം കൊണ്ടുള്ള വാൾ അടിമയ്ക്ക് നല്കുന്നു. അതിനർത്ഥം അയാൾ ഇനി പോരാട്ടത്തിലേർപ്പെടേണ്ടെന്നും മോചിതനായിക്കഴിഞ്ഞു എന്നുമാണ്.

കാണികൾക്കിരിക്കാവുന്ന ഇരിപ്പിടങ്ങളിൽ മുകൾനിരയിലുള്ളവ സ്ത്രീകൾക്കുള്ളവയായിരുന്നു. ഏറ്റവും താഴെ മുൻവശത്തായി വിശിഷ്ടപൗരന്മാരാണ് ഇരിപ്പുറപ്പിച്ചിരുന്നത്. കാണികളെ സൂര്യതാപത്തിൽ രക്ഷിക്കാനായി മത്സരങ്ങൾ നടക്കുന്ന വേളകളിൽ ഇരുമ്പുതകിട് കൊണ്ടുള്ള താല്ക്കാലിക മേല്ക്കൂര സ്ഥാപിച്ചിരുന്നു.

ഇവിടെ കുറ്റവാളികൾക്കുള്ള വധശിക്ഷയും നടപ്പാക്കിയിരുന്നു. ഈ വധശിക്ഷകൾ നടപ്പാക്കിയിരുന്നതും പ്രത്യേകരീതിയിലായിരുന്നു. ചിലപ്പോൾ ക്രൂരമൃഗങ്ങളെക്കൊണ്ട് കൊല്ലിക്കുമായിരുന്നു. ചിലപ്പോൾ ജീവനോടെ കത്തിക്കുമായിരുന്നു.

ഭൂകമ്പത്തിന്റെ ഫലമായും മറ്റും പലതവണ കേടുപാടുകൾ ഉണ്ടാവുകയും അറ്റകുറ്റപ്പണികൾ നടത്തുകയും ചെയ്തിട്ടുണ്ട്. പതിനാലാം നൂറ്റാണ്ട് മുതൽ മതപരമായ ചടങ്ങുകൾക്ക് കൊളോസിയം ഉപയോഗിച്ചുതുടങ്ങി. ഇന്ന് സന്ദർശകരെ ആകർഷിക്കുന്ന ഒരു ടൂറിസ്റ്റ് കേന്ദ്രമായി കൊളോസിയം മാറിക്കഴിഞ്ഞു.

കഴിഞ്ഞ കുറേ വർഷങ്ങളായി വധശിക്ഷക്കെതിരെയുള്ള

പ്രചരണത്തിന്റെ അന്താരാഷ്ട്രചിഹ്നമായി കൊളോസിയം മാറിയിട്ടുണ്ട്. ഇറ്റലിയിൽ മുമ്പ് കൊളോസിയത്തിൽ നടപ്പാക്കിയിരുന്ന വധശിക്ഷകൾ 1948 ൽ നിരോധിച്ചു. റോമിലേക്ക് വിനോദ സഞ്ചാരികളെ ആകർഷിക്കുന്നതിൽ കൊളോസിയം വലിയ പങ്ക് വഹിക്കുന്നു.

## ഈഫൽഗോപുരം

ഫ്രാൻസിന്റെ സാംസ്കാരികചിഹ്നമായ ഈഫൽഗോപുരം 120 വയസ്സ് പിന്നിട്ട് കഴിഞ്ഞിരിക്കുന്നു. പാരീസിലെ സീൻനദിക്കരയിൽ സ്ഥിതിചെയ്യുന്ന ഗോപുരം ഫ്രഞ്ച് വിപ്ലവത്തിന്റെ നൂറാം വാർഷികാഘോഷങ്ങളുടെ ഓർമ്മയ്ക്കായി സംഘടിപ്പിക്കപ്പെട്ട പ്രദർശനത്തിന്റെ ഭാഗമായിട്ടാണ് നിർമ്മിക്കപ്പെട്ടത്. 1889 മാർച്ച് മാസത്തിൽ ഇത് ഉദ്ഘാടനം ചെയ്യപ്പെട്ടു.

ഇതിന് ഏകദേശം 10,100 ടൺ ഭാരമുണ്ട്. ഇതിന്റെ ശില്പി ഗുസ്താവ് ഈഫൽ എന്ന എഞ്ചിനീയറാണ്. ഗോപുരത്തിന്റെ നിർമ്മാണത്തിനായി 18,038 ഇരുമ്പ് ഭാഗങ്ങളും 2,500,00 ബോൾട്ടുകളും ഉപയോഗിച്ചിട്ടുണ്ട്.

ഔദ്യോഗികമായി ഉയരം 320 മീറ്റർ ആണെന്നാണ് പറയുന്നത്. ഗോപുരം ഇരുമ്പ് കൊണ്ട് നിർമ്മിച്ചതായതുകൊണ്ട് അന്തരീക്ഷതാപനില വ്യത്യാസപ്പെടുന്നതനുസരിച്ച് പൊക്കത്തിന് വ്യത്യാസമുണ്ടാകുന്നു. ചൂട് കൂടുന്നതനുസരിച്ച് ഇരുമ്പ് വികസിക്കുകയും ചൂട് കുറയുന്നതനുസരിച്ച് ഇരുമ്പ് സങ്കോചിക്കുകയും ചെയ്യുമെന്നറിയാമല്ലോ. തണുപ്പുകാലത്ത് ഗോപുരത്തിന്റെ ഉയരം 12 സെന്റീമീറ്റർ വരെ കുറയും.

അടിത്തറയ്ക്ക് 10,281.96 ചതുരശ്രകിലോമീറ്റർ വിസ്തൃതിയുണ്ട്. കാറ്റിന്റെ പ്രതിരോധത്തിനെ അടിസ്ഥാനമാക്കിയാണ് ഗോപുരത്തിന്റെ ആകൃതി നിശ്ചയിച്ചിരിക്കുന്നത്. മുകളിലെത്താൻ 1665 പടികൾ കയറണം. 72 ഫ്രഞ്ച് ശാസ്ത്രജ്ഞന്മാരുടെ പേരുകൾ ഗോപുരത്തിൽ രേഖപ്പെടുത്തിയിരിക്കുന്നു.

ഗോപുരം നിർമ്മിക്കാൻ രണ്ട് വർഷവും രണ്ട് മാസവും 5 ദിവസവുമെടുത്തു. 300 ജോലിക്കാരുണ്ടായിരുന്നു. നിർമ്മാണച്ചെലവ് 7.8 ദശലക്ഷം ഫ്രാങ്ക് ആയിരുന്നുവത്രേ. ഗോപുരം ഒരു പ്രാവശ്യം

പെയിന്റ് ചെയ്യാൻ തന്നെ ഏകദേശം 60 ടൺ പെയിന്റ് വേണം.

## കുത്തബ്മിനാർ

പതിമൂന്നാം നൂറ്റാണ്ടിൽ നിർമ്മിക്കപ്പെട്ട കുത്തബ്മിനാർ സ്ഥിതിചെയ്യുന്നത് ഡൽഹിയിലാണ്. ഇതിന് അഞ്ച് നിലകളാണുള്ളത്. രജപുത്രരുടെ മേൽ മുഹമ്മദ് ഗോറി നേടിയ വിജയ

*കുത്തബ്മിനാർ*

മാഘേലാഷിക്കാൻ അടിമവംശം സ്ഥാപിച്ച കുത്തബ്ദീൻ ഐബക്ക് എന്ന ഭരണാധികാരിയാണ് 1199 ൽ ഇതിന്റെ നിർമ്മാണം ആരംഭിച്ചത്. അദ്ദേഹത്തിന്റെ പിൻഗാമികൾ പതിമൂന്നാം നൂറ്റാണ്ടിൽ ഇതിന്റെ പണി പൂർത്തിയാക്കി. 1368 ൽ ഇടിമിന്നലേറ്റ് നാലാം നിലയ്ക്ക് കേട് സംഭവിച്ചു. തുടർന്ന് ഫിറോസ്ഷാ എന്ന ഭരണാധികാരി മാർബിളും കല്ലും കൊണ്ട് നാലും അഞ്ചും നിലകൾ കൂടി നിർമ്മിച്ചു. ആദ്യമൂന്ന് നിലകൾ ചെങ്കല്ലുകൊണ്ടാണ് നിർമ്മിച്ചിരിക്കുന്നത്.

കുത്തബ്മിനാറിന് 72.5 മീറ്റർ ഉയരമുണ്ട്. അടിഭാഗത്തിന് 14.32 മീറ്ററും മുകൾ ഭാഗത്തിന് 2.75 മീറ്ററും വ്യാസമുണ്ട്. 379 പടികൾ കയറിയാൽ മുകളിലത്തെ നിലയിലെത്തും. അകത്തെ ചുവരുകളിൽ ഖുറാനിലെ വാക്യങ്ങൾ ആലേഖനം ചെയ്തിരിക്കുന്നു. 1993 ലാണ് യുനെസ്കോ കുത്തബ്മിനാറിനെ പൈതൃക കേന്ദ്രങ്ങളുടെ പട്ടികയിൽ ഉൾപ്പെടുത്തിയത്.

കുത്തബ്മിനാറിനടുത്ത് പരന്നുകിടക്കുന്ന വിശാലമായ സ്ഥലത്ത് മുപ്പതോളം ചരിത്രസ്മാരകങ്ങളുണ്ട്. നവംബർ-ഡിസംബർ മാസങ്ങളിൽ സംഗീതജ്ഞരും നർത്തകരും പങ്കെടുക്കുന്ന മൂന്ന് ദിവസത്തെ കുത്തബ് ഉത്സവം ഇവിടെ നടക്കാറുണ്ട്. 2004 ൽ കുത്തബ്മിനാറിൽ ഒരു ഭൂകമ്പമാപിനി സ്ഥാപിക്കുകയുണ്ടായി. 2005 ൽ ഉണ്ടായ ഭൂചലനത്തിൽ ഒരു ചെറിയ കുലുക്കം പോലും ഇതിൽ രേഖപ്പെടുത്തുകയുണ്ടായില്ല. നിർമ്മാണത്തിനുപയോഗിച്ചിരിക്കുന്ന കല്ലുകൾ ഭൂചലനത്തിൽനിന്നും മിനാറിനെ സംരക്ഷിക്കുന്നുണ്ടത്രേ.

മിനാറിനടുത്ത് ലക്ഷക്കണക്കിന് സന്ദർശകരെ ആകർഷിക്കുന്ന ഒരു ഉരുക്ക് സ്തൂപമുണ്ട്. ഇത് ഒരു അത്ഭുതമാണ്. കാരണം 166 വർഷത്തോളം പഴക്കമുള്ള ഈ തൂൺ ഇത്രയും കാലം മഴയും വെയിലുമേറ്റിട്ടും ഇതുവരെ തുരുമ്പിച്ചിട്ടില്ല.

ഈ തൂണിന് 7.21 മീറ്റർ ഉയരമുണ്ട്. ആറ് ടണ്ണിലേറെ ഭാരവുമുണ്ട്. എ ഡി 375 നും 414 നും ഇടയ്ക്ക് ഭരിച്ചിരുന്ന ചന്ദ്രഗുപ്തൻ രണ്ടാമൻ വിക്രമാദിത്യയാണ് ഇത് പണി കഴിപ്പിച്ചതെന്ന് കരുതുന്നു. ഉദയഗിരിയിലെ വിഷ്ണുക്ഷേത്രത്തിന്

മുന്നിൽ സ്ഥാപിച്ചിരുന്ന തൂണിനെ ഇവിടേക്ക് മാറ്റി സ്ഥാപിക്കുകയായിരുന്നു. ഇക്കാര്യങ്ങളെല്ലാം സംസ്കൃതത്തിൽ തൂണിൽ രേഖപ്പെടുത്തിയിട്ടുമുണ്ട്.

## സാഞ്ചിസ്തൂപം

മദ്ധ്യപ്രദേശിലെ റെയ്സൺ ജില്ലയിലെ ചെറിയ ഗ്രാമമാണ് സാഞ്ചി. ഇവിടെ ബുദ്ധമതവുമായി ബന്ധപ്പെട്ട അനവധി സ്മാരകങ്ങളുണ്ട്. ബുദ്ധമതവിശ്വാസികളുടെ തീർത്ഥാടനകേന്ദ്രമാണിവിടം. മെയ്മാസത്തിലെ ബുദ്ധജയന്തി ദിവസത്തിൽ ധാരാളം തീർത്ഥാടകർ ഇവിടെയെത്തുന്നു.

സംസ്കൃതത്തിൽനിന്നും പാലിഭാഷയിൽ നിന്നുമാണ് സാഞ്ചി എന്ന വാക്കിന്റെ ഉത്ഭവമെന്ന് കരുതുന്നു. ഹിന്ദിയിൽ സാഞ്ചി എന്നുവെച്ചാൽ കല്ലുകൊണ്ടുള്ള മാതൃകകൾ എന്നാണർത്ഥം. സാഞ്ചിയിലെ പ്രധാന സ്മാരകമാണ് സ്തൂപം. ഇത് നിർമ്മിച്ചത് ബി സി മൂന്നാം നൂറ്റാണ്ടിൽ ഭരിച്ചിരുന്ന അശോക ചക്രവർത്തിയാണ്.

വൃത്താകൃതിയിലുള്ള താഴികക്കുടത്തിന് 36.6 മീറ്റർ വ്യാസവും 16.46 മീറ്റർ ഉയരവുമുണ്ട്. അലങ്കാരകൊത്തുപണികളുള്ള നാല് വാതിലുകൾ ചുറ്റുമുണ്ട്. ഓരോ വാതിലിനും രണ്ട് തൂണുകൾ വീതമുണ്ട്.

വളരെക്കാലമായി അവഗണിക്കപ്പെട്ടിരുന്ന സാഞ്ചിയെ വീണ്ടെടുത്തത് ജനറൽ ടെയ്‌ലർ എന്ന ബ്രിട്ടീഷുകാരനാണ്. 1912-19 കാലഘട്ടത്തിൽ സർ ജോൺ മാർഷൽ സ്മാരകങ്ങളെ നിലനിർത്താൻ പ്രയത്നിച്ചു.

## ഛത്രപതി ശിവജി ടെർമിനസ്

ഇന്ത്യയിലെ ഏറ്റവും തിരക്കേറിയ റെയിൽവേസ്റ്റേഷനുകളിലൊന്നാണ് മുംബൈയിലെ സി എസ് ടി അഥവാ ഛത്രപതി ശിവജി ടെർമിനസ്. മുമ്പ് വിക്ടോറിയ ടെർമിനസ് എന്നാണ് ഈ സ്റ്റേഷൻ അറിയപ്പെട്ടിരുന്നത്.

1888 ലാണ് സ്റ്റേഷന്റെ നിർമ്മാണമാരംഭിച്ചത്. ബ്രിട്ടീഷുകാര

നായ ഫ്രെഡറിക് വില്യം സ്റ്റീവൻസാണ് ഇത് രൂപകല്പന ചെയ്തത്. കരാർ ഏറ്റെടുത്തശേഷം സ്റ്റീവൻസ് യൂറോപ്പിലെ പല റെയിൽവേസ്റ്റേഷനുകളും സന്ദർശിച്ചുകൊണ്ട് പത്ത് മാസക്കാലം ഒരു യാത്ര നടത്തി വിശദമായ പഠനം നടത്തി. അതിന് ശേഷമാണ് വി ടി സ്റ്റേഷൻ നിർമ്മിച്ചത്. ലണ്ടനിലെ സെന്റ് പാൻക്രാസ് സ്റ്റേഷനുമായി ഛത്രപതി ശിവജി ടെർമിനസിന് സാമ്യമുണ്ടെന്ന് പറയപ്പെടുന്നു.

ബ്രിട്ടനിലെ വിക്ടോറിയ രാജ്ഞിയുടെ പേരാണ് സ്റ്റേഷന് ആദ്യം നല്കിയത്. ഇന്ത്യ ഭരിച്ചിരുന്ന മറാത്തി ഭരണാധികാരിയായിരുന്ന ഛത്രപതി ശിവജിയുടെ പേര് 1996 ലാണ് സ്റ്റേഷന് നല്കപ്പെട്ടത്. 2004 ലാണ് ഛത്രപതി ശിവജി ടെർമിനസ് ലോക പൈതൃകകേന്ദ്രങ്ങളുടെ പട്ടികയിൽ സ്ഥാനം പിടിച്ചത്.

ഇറ്റാലിയൻ ഗോത്തിക്കിന്റേയും പരമ്പരാഗത ഇന്ത്യൻ ശില്പകലയുടെയും സമ്മിശ്രരൂപമാണ് ഈ കെട്ടിടസമുച്ചയം. തടിയിലുള്ള കൊത്തുപണികൾ, ഓടുകൾ, ഇരുമ്പുകൊണ്ടുള്ള അലങ്കാരം തുടങ്ങി എടുത്തുപറയേണ്ട ഒട്ടേറെ സവിശേഷതകൾ ഈ സ്റ്റേഷനുണ്ട്.

## ഈജിപ്തിലെ പിരമിഡുകൾ

ഏകദേശം 138 പിരമിഡുകൾ ഈജിപ്തിലുണ്ട്. ഇവയിൽ മിക്കതും ഈജിപ്ത് ഭരിച്ച ഫറോവമാരുടെയും പത്നിമാരുടെയും ശവകുടീരങ്ങളാണ്. കല്ലും മണ്ണും കൊണ്ട് നിർമ്മിച്ച പിരമിഡുകളിൽ പ്രസിദ്ധമായതാണ് ഗിസയിലെ പിരമിഡുകൾ. ഈജിപ്ത്യൻ രാജാവായ ഫറോവ ചെപ്പോസിന്റെയും പത്നിയുടെയും ശവകുടീരമാണിത്.

ബി സി 2560 ലാണ് ഇതിന്റെ പണി പൂർത്തിയായത്. ഒരു ലക്ഷത്തിലേറെ തൊഴിലാളികൾ 20 വർഷം കൊണ്ടാണിത് കെട്ടി ഉയർത്തിയത്. പഴയ അത്ഭുതങ്ങളിൽ ഈജിപ്തിലെ പിരമിഡ് മാത്രമേ ഇന്ന് അവശേഷിക്കുന്നുള്ളൂ.

ഈജിപ്തിലെ പ്രശസ്ത വാസ്തുശില്പിയായ ഇംഹോടെപ്പ് ആണ് ശവകുടീരങ്ങളെ പിരമിഡുകളായി രൂപകല്പന

പിരമിഡുകൾ

ചെയ്തത്. ഇവയിലുള്ള പടികൾ മുകളിലേക്ക് പോകുന്തോറും വീതി കുറഞ്ഞുവരുന്ന രീതിയിലാണ് നിർമ്മിച്ചിരിക്കുന്നത്.

പിരമിഡ് നിർമ്മിച്ച് തുടങ്ങിയ കാലത്ത് അതിനുള്ള സാമഗ്രികളെല്ലാം സുലഭമായിരുന്നു. സാമഗ്രികൾ കുറയാൻ തുടങ്ങിയപ്പോൾ പിന്നീടുള്ള പിരമിഡുകളുടെ വലിപ്പം കുറഞ്ഞു. നൈൽനദിയുടെ പടിഞ്ഞാറേ തീരത്താണ് എല്ലാ പിരമിഡുകളും നിർമ്മിച്ചിരിക്കുന്നത്. ഇടക്കാലത്ത് ചില പിരമിഡുകൾ മരുഭൂമിയിലെ കാറ്റടിച്ച് മണ്ണിൽ പൂഴ്ന്നുപോകുമ്പോൾ കാണാതെയാവാറുണ്ട്. പിന്നീട് കണ്ടെത്തുകയും ചെയ്തിട്ടുണ്ട്.

## ഫത്തേപ്പൂർ സിക്രി

വിജയത്തിന്റെ നഗരമെന്നാണ് ഫത്തേപ്പൂർ സിക്രി എന്ന വാക്കിനർത്ഥം. ഉത്തർപ്രദേശിലെ ആഗ്ര ജില്ലയിലാണ് മുഗൾചക്രവർത്തിയായ അക്ബർ നിർമ്മിച്ച ഈ നഗരം സ്ഥിതി ചെയ്യുന്നത്. ഗുജറാത്ത് കീഴടക്കിയതിന്റെ ഓർമ്മയ്ക്കായി 1569 ലാണ് അക്ബർ തന്റെ രാജ്യത്തിന്റെ ആസ്ഥാനമായി ഫത്തേപ്പൂർ സിക്രി നിർമ്മിച്ചത്.

പക്ഷേ, പതിനാല് വർഷത്തിനുശേഷം വെള്ളത്തിന്റെ ദൗർ

ല്ലഭ്യം കാരണം അദ്ദേഹം ഈ നഗരം ഉപേക്ഷിച്ചുവെന്ന് പറയപ്പെടുന്നു. എന്തായാലും ഇന്ത്യയിലെ ഇസ്ലാമിക വാസ്തുശൈലിയനുസരിച്ച് ചുവന്ന മണൽക്കല്ലുകൾകൊണ്ട് പണിത അനേകം കെട്ടിടങ്ങളിലെ കൊത്തുപണികൾ ആരെയും ആകർഷിക്കുന്നതാണ്. വളരെ ആസൂത്രിതമായി തന്നെയാണ് ഇവിടം രൂപകല്പന ചെയ്തിരിക്കുന്നത്. ശിലായുഗത്തിന്റെ തെളിവുകളായുള്ള മൺപാത്രങ്ങൾ ഈ നഗരത്തിൽനിന്ന് കണ്ടെടുത്തിട്ടുണ്ട്.

# വിസ്മയലോകം

## എയർപോർട്ട് റൺവേ

**പോർ**ച്ചുഗലിലെ ഫൻചലിനടുത്തുള്ള ഒരു നഗരമാണ് മഡെയ്റ. പ്രത്യേകരീതിയിൽ നിർമ്മിക്കപ്പെട്ട വിമാനത്താവളത്താൽ ശ്രദ്ധേയമായ നഗരമാണിത്. വിമാനത്താവളത്തിലെ റൺവേയ്ക്കാണ് പ്രത്യേകത. ഒരു ഭാഗം സമുദ്രത്താലും മറുഭാഗം പർവ്വതത്താലും ചുറ്റപ്പെട്ട വിമാനത്താവളത്തിലേക്ക് പറന്നിറങ്ങുന്നതിനും പറന്നുയരുന്നതിനും പൈലറ്റുമാർക്ക് വളരെ പരിശ്രമിക്കേണ്ടി വന്നിരുന്നു. തുടക്കത്തിൽ 1600 മീറ്റർ നീളം മാത്രമായിരുന്നു റൺവേയ്ക്കുണ്ടായിരുന്നത്.

1977 ൽ ഉണ്ടായ ഒരു വിമാനാപകടമായിരുന്നു പുതിയതരം റൺവേയ്ക്ക് വഴിയൊരുക്കിയത്. ഒരു ബോയിങ് 727 വിമാനം കാബ്രലിൽനിന്നും ബെൽജിയം വഴി ഫൻചലിലേക്ക് പറന്നു പോവുകയായിരുന്നു. രാത്രി പത്തുമണിയോടെ പൈലറ്റുമാർ മഡെയ്റ വിമാനത്താവളത്തിലേക്ക് ഇറങ്ങാൻ ശ്രമിച്ചു.

കനത്ത മഴയും കാറ്റും ഉണ്ടായിരുന്നു. റൺവേയുടെ നീളക്കുറവും വിമാനം ലാൻഡ് ചെയ്യുന്നതിനെ ബാധിച്ചു. അല്പസമയത്തിനുശേഷം റൺവേയുടെ മദ്ധ്യഭാഗത്തായി ഇറങ്ങിയ വിമാനത്തിന് നിയന്ത്രണം നഷ്ടപ്പെടുകയും ഒരു ചെറിയ പാല

ത്തിലിടിച്ച് തീ പിടിക്കുകയും ചെയ്തു. വിമാനത്തിലുണ്ടായിരുന്ന 164 പേരിൽ 131 പേരും മരിച്ചു.

പോർച്ചുഗലിന്റെ ചരിത്രത്തിലെ ഏറ്റവും ദാരുണമായ വിമാന ദുരന്തമായിരുന്നു ഇത്. ഇതേത്തുടർന്ന് ചെറിയ വിമാനങ്ങൾ മാത്രമേ പിന്നീട് മഡെയ്റയിൽ ഇറങ്ങിയുള്ളൂ. പിന്നീട് റൺവേയുടെ നീളം വർദ്ധിപ്പിക്കാനുള്ള ശ്രമങ്ങൾ ആരംഭിച്ചു. ദുരന്തമുണ്ടായ സമയത്തുണ്ടായിരുന്ന നീളത്തേക്കാൾ ഏകദേശം ഇരട്ടി നീളമാക്കി വർദ്ധിപ്പിച്ചു.

പുതുതായി നിർമ്മിച്ച റൺവേയുടെ ഭാഗം കടലിന് മുകളിലാണ്. ഈ ഭാഗം ഉയർത്തിനിർത്തിയിരിക്കുന്നത് 70 മീറ്റർ ഉയരമുള്ള 180 തൂണുകളുടെ സഹായത്തോടെയാണ്. സാങ്കേതിക വിദ്യയുടെ അത്ഭുതനേട്ടം തന്നെയായിരുന്നു ഇത്. നിർമ്മാണച്ചെലവ് വളരെക്കൂടുതലായെങ്കിലും ഇപ്പോൾ വിമാനങ്ങൾക്ക് ഭയം കൂടാതെ ലാൻഡ് ചെയ്യാം.

അന്താരാഷ്ട്ര പാലം-കെട്ടിടനിർമ്മാണസംഘടനയുടെ പ്രത്യേക പുരസ്കാരത്തിന് തൂണുകളാൽ താങ്ങിനിർത്തപ്പെടുന്ന മഡെയ്റ റൺവേ അർഹമാവുകയും ചെയ്തു. തൂണുകൾ കൊണ്ടുയർത്തി നിർത്തിയിരിക്കുന്ന റൺവേയുടെ അടിഭാഗം കാറുകൾ പാർക്കുചെയ്യാൻ ഉപയോഗിക്കുന്നു.

## ലോകത്തിലെ ഏറ്റവും വലിയ നീന്തൽക്കുളം

ദക്ഷിണ അമേരിക്കയിലെ ചിലിയിൽ സ്ഥിതി ചെയ്യുന്ന എട്ട് ഹെക്ടർ വിസ്തൃതിയുള്ള നീന്തൽക്കുളത്തിൽ 2,50,000 ക്യുബിക് മീറ്റർ വെള്ളമുണ്ട്. ലോകത്തിലെ ഏറ്റവും വലിയ നീന്തൽക്കുളമെന്ന പേരിൽ ഗിന്നസ് ബുക്കിൽ ഇടം കണ്ടെത്തിയ ചിലിയിലെ ഈ നീന്തൽക്കുളം ഇതിനകം ഒട്ടേറെപ്പേരെ ആകർഷിച്ചു കഴിഞ്ഞു.

അഞ്ചുവർഷം കൊണ്ടാണ് നീന്തൽക്കുളത്തിന്റെ നിർമ്മാണം പൂർത്തിയായത്. 1 ബില്യൻ ഡോളറാണത്രേ നിർമ്മാണച്ചെലവ്. കടൽവെള്ളം തന്നെയാണ് നീന്തൽക്കുളത്തിൽ നിറച്ചിരിക്കുന്നത്. ഇടയ്ക്കിടയ്ക്ക് പഴയ വെള്ളം മാറ്റി പുതിയ വെള്ളം നിറയ്ക്കുന്നു. ചിലിയുടെ തെക്കുഭാഗത്തുള്ള ഒരു

റിസോർട്ടിൽ സ്ഥിതി ചെയ്യുന്ന നീന്തൽക്കുളം നിർമ്മിച്ചിരിക്കുന്നത് ചിലിയിലെ ക്രിസ്റ്റൽ ലഗൂൺ കോർപ്പറേഷനാണ്.

## ഐസ്ഫെസ്റ്റിവൽ

ഹാർബിനിൽ 1963 മുതൽ ഐസ് പ്രതിമകളുടെ ഉത്സവം കൊണ്ടാടാറുണ്ട്. ഇടയ്ക്ക് കുറച്ചുകാലം ആഘോഷം നിർത്തിവെച്ചെങ്കിലും 1985 മുതൽ ഇത് പുനരാരംഭിച്ചു. ചൈനയിലെ ഹെയ്‌ലേജിയാങിന്റെ തലസ്ഥാനനഗരിയായ ഹാർബിനിൽ വേനല്ക്കാലത്തെ കൂടിയ ചൂട് 21.2 ഡിഗ്രി സെൽഷ്യസും തണുപ്പുകാലത്തെ കുറഞ്ഞ താപനില -16.9 ഡിഗ്രി സെൽഷ്യസുമാണ്. ചില സമയത്ത് തണുപ്പ് -38 ഡിഗ്രി സെൽഷ്യസ് വരെ താഴുകയും ചെയ്യും.

എല്ലാ വർഷവും ജനുവരി അഞ്ചാം തീയതി തുടങ്ങുന്ന ഐസ് ഫെസ്റ്റിവൽ ഒരു മാസം നീണ്ടുനില്ക്കും. ഐസ് കൊണ്ടുള്ള പ്രതിമ നിർമ്മാണം നേരത്തേ തന്നെ ആരംഭിക്കും. വൈവിദ്ധ്യമാർന്ന ഐസ് രൂപങ്ങൾ പാർക്കുകളിലും മറ്റും അണിനിരക്കുന്നു.

ഇവിടത്തെ സോങ്വാ നദിയിൽനിന്നും തണുത്തുറഞ്ഞ മഞ്ഞുകട്ടകൾ മുറിച്ചെടുത്ത് വിവിധ രൂപങ്ങൾ സൃഷ്ടിക്കാനുപയോഗിക്കുന്നു. ഉത്സവം തുടങ്ങുന്നതിനുമുമ്പ് ശില്പികൾ രാവും പകലും ഈ ജോലിയിലേർപ്പെടുന്നു. ഈ ഐസ് രൂപങ്ങളെ പല നിറങ്ങളിലുള്ള ഇലക്ട്രിക് ബൾബുകളുപയോഗിച്ച് അലങ്കരിക്കുന്നു.

സിംഹങ്ങൾ, കടുവകൾ, ഡ്രാഗണുകൾ, വലിയ കെട്ടിടങ്ങൾ, യൂറോപ്യൻ പള്ളികൾ, വെള്ളച്ചാട്ടങ്ങൾ, ഐതിഹ്യകഥാപാത്രങ്ങൾ തുടങ്ങി പലതും മഞ്ഞുകട്ടകൾകൊണ്ട് സൃഷ്ടിക്കപ്പെടുന്നു.

ഐസ് ഫെസ്റ്റിവൽ ടൂറിസ്റ്റുകളെ ഹാർബിനിലേക്ക് ആകർഷിക്കുന്നു. ഐസ് കട്ടകളുടെ തൊട്ടിലായ ഹാർബിനിലെ ഈ ശില്പസൃഷ്ടിയിൽ പങ്കുകൊള്ളാനായി അമേരിക്ക, കാനഡ, ജപ്പാൻ, സിംഗപ്പൂർ, റഷ്യ തുടങ്ങിയ രാജ്യങ്ങളിൽനിന്നുള്ള കലാകാരന്മാർ ഓരോ വർഷവും എത്തിച്ചേരുന്നു.

## ബുർജ് ഖലീഫ

ലോകത്തിലെ ഏറ്റവും ഉയർന്ന കെട്ടിടം എന്ന നേട്ടം സ്വന്തമാക്കിയ ദുബായിലെ ബുർജ് ഖലീഫ 2010 ജനുവരി 4-നാണ് ഉദ്ഘാടനം ചെയ്യപ്പെട്ടത്. നിർമ്മാണഘട്ടത്തിൽ ബുർജ് ദുബായ് എന്നാണറിയപ്പെട്ടിരുന്നതെങ്കിലും ഉദ്ഘാടനവേളയിൽ ബുർജ് ഖലീഫ എന്ന പേര് പ്രഖ്യാപിച്ചു. ഏഴായിരം കോടി രൂപ ചെലവഴിച്ചാണ് ഈ അംബരചുംബി നിർമ്മിച്ചിരിക്കുന്നത്. ബുർജ് ഖലീഫയ്ക്ക് 160 നിലകളുണ്ട്. ഉയരം 828 മീറ്ററും വിസ്തീർണ്ണം 56.7 ലക്ഷം ചതുരശ്ര അടിയുമാണ്.

ബുർജ് ഖലീഫ

2004 സെപ്തംബർ 14 നാണ് ബുർജിന്റെ നിർമ്മാണം തുടങ്ങിയത്. ദുബായിലെ ഷേഖ് സയീദ് റോഡിലാണ് ബുർജ് സ്ഥിതി ചെയ്യുന്നത്. ഇതിന്റെ അടിത്തറ വൈ മാതൃകയിലാണ് നിർമ്മിച്ചിരിക്കുന്നത്. 1093 ദിവസങ്ങൾക്കുള്ളിൽ 100 നിലകൾ പൂർത്തിയാക്കിയിരുന്നു. നിർമ്മാണവേഗത കണക്കുകൂട്ടിയാൽ ഓരോ മൂന്നു ദിവസത്തിലും ഓരോ നില എന്ന രീതിയിലാണത്രേ പണി നടന്നത്.

ബുർജ് ഖലീഫയിൽ 900 അപ്പാർട്ടുമെന്റുകളും ഹോട്ടലു

കളും ഓഫീസുകളും ഉണ്ട്. 9 മുതൽ 16 വരെ നിലകളിലാണ് താമസസൗകര്യത്തിനുള്ള ഫ്ളാറ്റുകൾ. മൊത്തം 57 ലിഫ്റ്റുകളും 8 എസ്കലേറ്ററുകളുമുണ്ട്. 37 നിലകളിലായാണ് ഓഫീസ് സൗകര്യങ്ങൾ ഒരുക്കിയിരിക്കുന്നത്.

1.16 കോടി ഘനയടി കോൺക്രീറ്റും 39,000 മെട്രിക് ടൺ ഉരുക്കും 11 ലക്ഷം ചതുരശ്രയടി ചില്ലുപാളികളും 1.6 ചതുരശ്രയടി സ്റ്റെയിൻലസ്സ്റ്റീലും നിർമ്മാണത്തിനായി ഉപയോഗിച്ചിട്ടുണ്ട്.

## ലോകത്തിലെ ഏറ്റവും ചെറിയ രാജ്യം

ലോകത്തിലെ ഏറ്റവും ചെറിയ രാജ്യമായ വത്തിക്കാൻ സിറ്റിക്ക് മൊത്തം 0.44 ചതുരശ്രകിലോമീറ്ററാണ് വിസ്തൃതി. ഏകദേശം 1000 ആളുകൾ ഇവിടെ താമസിക്കുന്നു. 1929 ലാണ് വത്തിക്കാൻ നിലവിൽ വന്നത്.

വത്തിക്കാൻ നഗരം ഒരു ടൂറിസ്റ്റുകേന്ദ്രം കൂടിയാണ്. ഇവിടെ കൃഷിഭൂമിയില്ല. ഇവിടെയുള്ള എല്ലാവരും സാക്ഷരരാണ്. ഫ്രഞ്ച്, ലാറ്റിൻ, ഇറ്റാലിയൻ, ഇംഗ്ലീഷ് എന്നീ ഭാഷകൾ ഇവിടെയുള്ളവർ സംസാരിക്കുന്നു. ലോകത്തിന്റെ പല ഭാഗങ്ങളിൽ നിന്നുള്ളവർ ഇവിടെ വന്ന് താമസിക്കുന്നു. ചെറിയ പാതകൾ മാത്രമേ ഇവിടെയുള്ളു. വീതിയുള്ള റോഡുകളില്ല.

ചരിത്രപ്രാധാന്യമുള്ള മ്യൂസിയങ്ങളും ലൈബ്രറികളും വത്തിക്കാനിലുണ്ട്. ഇവിടെയുള്ള റേഡിയോ സ്റ്റേഷനിലൂടെ 20 ഭാഷകളിൽ പരിപാടികൾ ലോകമൊട്ടുക്ക് പ്രക്ഷേപണം ചെയ്യപ്പെടുന്നു. യുനെസ്കോയുടെ ലോകപൈതൃകകേന്ദ്രങ്ങളുടെ പട്ടികയിൽ വത്തിക്കാൻ നഗരത്തെ ഉൾപ്പെടുത്തിയിട്ടുണ്ട്.

## ചോക്ലേറ്റ് കുന്നുകൾ

ഫിലിപ്പൈൻസിലെ ബോഹോൾ ദ്വീപുകളിലെ മുഖ്യ ആകർഷണമാണ് ചോക്ലേറ്റ് നിറമുള്ള കുന്നുകൾ. ഡിസംബർ മുതൽ മെയ് വരെ വരണ്ട വേനല്ക്കാലമാണ്. ഈ സമയത്താണ് കുന്നുകൾ ബ്രൗൺ നിറത്തിലാകുന്നത്. വർഷത്തിലെ ബാക്കി

മാസങ്ങളിൽ പച്ചപ്പു നിറഞ്ഞ കുന്നുകളാണിവ. ഈ അത്ഭുതം പ്രകൃത്യാ സംഭവിക്കുന്ന ഒന്നാണ്.

ടൂറിസ്റ്റുകൾക്ക് കണ്ണിന് ആനന്ദം പകരുന്ന ദൃശ്യങ്ങളാണീ ചോക്ലേറ്റ് കുന്നുകൾ. മനുഷ്യർ നിർമ്മിച്ചതുപോലെ തോന്നുമെങ്കിലും പ്രകൃതിയിലെ വിസ്മയക്കാഴ്ചയാണിത്. സൂര്യോദയസമയത്തും സൂര്യാസ്തമയസമയത്തും കുന്നുകൾക്ക് മനോഹാരിത കൂടും.

വൃത്തസ്തംഭാകൃതിയിലുള്ള ആയിരത്തോളം കുന്നുകൾ അൻപത് ചതുരശ്രകിലോമീറ്ററോളം പരന്നുകിടക്കുന്നു. ഓരോ കുന്നുകൾക്കും 98 മുതൽ 160 അടി വരെ പൊക്കമുണ്ട്.

## കോക്ക്സ് ബസാർ ബീച്ച്

ലോകത്തിലെ നീളം കൂടിയ പ്രകൃതിദത്തമായ കടൽത്തീരം ബംഗ്ലാദേശിലെ കോക്ക്സ് ബസാറിലാണ്. മഞ്ഞ പുഷ്പം എന്നർത്ഥമുള്ള പനോവ എന്ന പേരിലും അറിയപ്പെടുന്ന ഈ സ്ഥലം ബംഗ്ലാദേശിലെ ചിറ്റാഗോങ്ങിൽനിന്നും 150 കിലോമീറ്റർ അകലെയാണ്.

കോക്ക്സ് കടൽത്തീരത്തിന് ഏകദേശം 125 കിലോമീറ്റർ നീളമുണ്ട്. 18-ാം നൂറ്റാണ്ടിൽ ഇവിടെയെത്തിയ ബ്രിട്ടീഷ് ഓഫീസറായ ക്യാപ്റ്റൻ കോക്ക്സ് സാധാരണക്കാർക്ക് എന്തു സഹായവും ചെയ്യാൻ താല്പര്യമുള്ളയാളായിരുന്നു. ഇദ്ദേഹത്തിന്റെ പേരിലാണ് ഇവിടം അറിയപ്പെടുന്നത്.

കോക്ക്സ് പട്ടണം ഒരു മത്സ്യബന്ധനകേന്ദ്രവും കൂടിയാണ്. ബംഗ്ലാദേശിലെ ടൂറിസ്റ്റ് കേന്ദ്രമായി കോക്കസ് ബസാർ സന്ദർശിക്കാൻ ലോകത്തിന്റെ മറ്റു ഭാഗങ്ങളിൽനിന്ന് ധാരാളം ആളുകൾ എത്താറുണ്ട്.

## ദാവോൽജ വാരോസ്

തെക്കൻ സെർബിയയിൽ കുർസുംലിജയ്ക്കടുത്ത് റഡാൻ പർവ്വതങ്ങൾക്കരികിൽ പ്രത്യേകരീതിയിൽ രൂപംകൊണ്ട പാറക്കെട്ടുകളാണ് ദാവോൽജ വാരോസ്. ഈ വാക്കിന്റെ അർത്ഥം ചെകുത്താന്റെ പട്ടണം എന്നാണ്. ഗോപുരം പോലെ നില്ക്കുന്ന

202 പാറക്കൽരൂപങ്ങൾ ഇവിടെയുണ്ട്. രണ്ട് മീറ്റർ മുതൽ പതിനഞ്ച് മീറ്റർ വരെ പൊക്കവും നാല് മുതൽ ആറ് മീറ്റർ വരെ വീതിയുമുള്ള പാറകൾ ലക്ഷക്കണക്കിന് വർഷങ്ങൾകൊണ്ട് രൂപം കൊണ്ടതാണത്രേ.

ആധുനികയുഗത്തിലെ ഏഴ് അത്ഭുതങ്ങളിലൊന്നാകാൻ ദാവോൽജ വാരോസും രംഗത്തുണ്ടായിരുന്നു. 67 ഹെക്ടറിൽ നീണ്ടുകിടക്കുന്ന പ്രകൃതിവിസ്മയത്തെ സർക്കാർ പ്രത്യേകമായി സംരക്ഷിച്ചുപോരുന്നു.

## ഇസ്രിസെൻവെൽറ്റ്

ഓസ്ട്രിയയിലെ വെർഫെനിൽ സ്ഥിതിചെയ്യുന്ന ചുണ്ണാമ്പുകൊണ്ടുള്ള ഗുഹയാണ് ഇസ്രിസെൻവെൽറ്റ്. ആൽപ്സ് പർവ്വതനിരയുടെ ഭാഗമായ ഹോച്കോഗെൽ മലയുടെ ഉൾഭാഗത്താണ് ഈ ഗുഹ. ഗുഹ മഞ്ഞുകൊണ്ട് മൂടപ്പെട്ടിരിക്കുന്നു. ഗുഹയ്ക്ക് 42 കിലോമീറ്റർ നീളമുണ്ടെങ്കിലും ഏകദേശം ഒരു കിലോമീറ്റർ വരെ മാത്രമേ സന്ദർശകരെ അനുവദിക്കാറുള്ളു.

ഗുഹാമുഖം എപ്പോഴും തുറന്നിരിക്കുന്നു. ചൂടുകാലത്ത് ഗുഹയ്ക്കകത്തുനിന്നും തണുത്ത കാറ്റ് പുറത്തേക്കടിക്കുന്നു. ഇത് മഞ്ഞുരുകാതിരിക്കാൻ സഹായകമാകുന്നു. 1879 ൽ സാൽസ് ബർഗിലെ പ്രകൃതിശാസ്ത്രജ്ഞനായ ആൻടൺ പൊസെൽറ്റ് ആണ് ഈ ഗുഹയെപ്പറ്റി പുറംലോകത്തിന് വിവരം നല്കിയത്. ഗുഹയ്ക്ക് പരിസരത്ത് ജീവിച്ചിരുന്നവർ നരകത്തിലേക്കുള്ള കവാടമാണ് ആ ഗുഹയെന്ന് വിശ്വസിച്ചുപോന്നു. 1880 ൽ പൊസെൽറ്റ് തന്റെ കണ്ടെത്തലുകൾ പ്രസിദ്ധീകരിച്ചിരുന്നു. 1912 ൽ മറ്റൊരു സഞ്ചാരിയായ അലക്സാണ്ടർ ഈ ഗുഹയിലേക്ക് യാത്രകൾ നടത്തി.

ഇന്ന് ദേശീയ ഓസ്ട്രിയൻ ഫോറസ്റ്റ് കമീഷന്റെ അധീനതയിലാണ് ഈ ഗുഹ. ഗുഹയ്ക്കകത്തേക്ക് പോകുമ്പോൾ തണുപ്പിൽനിന്നും രക്ഷനേടാനുള്ള വസ്ത്രങ്ങൾ ധരിക്കാൻ ടൂറിസ്റ്റുകളോട് അധികൃതർ നിർദ്ദേശിക്കുന്നു. ഗുഹയ്ക്കകത്ത് ഫോട്ടോ എടുക്കാൻ അനുവദിക്കാറില്ല. കുത്തനെയുള്ള കയറ്റം കയറി

യാണ് ഗുഹയ്ക്കകത്തേക്ക് പോകേണ്ടത്. 134 മീറ്റർ അകലം വരെയാണ് അളുകളെ കടത്തിവിടുക. പിന്നീട് തിരിച്ചുവരണം.

## ഏറ്റവും വലിയ സസ്യോദ്യാനം

ലണ്ടനിലെ റോയൽ ബോട്ടാണിക് ഗാർഡനാണ് ലോകത്തിലെ ഏറ്റവും വലിയ സസ്യോദ്യാനം. ഈ ഉദ്യാനത്തിന് ഇപ്പോൾ 250 വയസ്സ് കഴിഞ്ഞിരിക്കുന്നു. ലണ്ടനിലെ ക്യൂ എന്ന സ്ഥലത്ത് സ്ഥിതി ചെയ്യുന്നതുകൊണ്ട് ഇതിനെ ക്യൂ ബോട്ടാണിക് ഗാർഡൻ എന്നും വിളിക്കുന്നു.

ഇവിടെ സസ്യഭാഗങ്ങളെ ഉണക്കി സൂക്ഷിക്കുന്ന ഹെർബേറിയം, സസ്യശാസ്ത്രത്തപ്പറ്റിയുള്ള വിപുലമായ ഗ്രന്ഥശേഖരമടങ്ങിയ ലൈബ്രറി തുടങ്ങിയവയുണ്ട്. സസ്യശാസ്ത്രത്തിൽ നിരവധി കോഴ്സുകൾ ഇവിടെ നടത്തപ്പെടുന്നു. 2003 ൽ യുനെസ്കോ ലോകപൈതൃകകേന്ദ്രങ്ങളുടെ പട്ടികയിൽ റോയൽ ബോട്ടാണിക് ഗാർഡന്റെ പേരും ചേർക്കുകയുണ്ടായി.

1759 ലാണ് ക്യൂ ഗാർഡൻ രാജകീയ ഉദ്യാനമായി രൂപകല്പന ചെയ്യപ്പെട്ടത്. പല സവിശേഷതകളുള്ള കെട്ടിടങ്ങൾ ഇതിനകത്തുണ്ട്. റബ്ബർ ചെടികളെ വളർത്താനായി നിർമ്മിച്ച ടെമ്പറേറ്റ് ഹൗസ്, പാം ഹൗസ് എന്നിവ ഇതിൽ ചിലതുമാത്രം.

വംശനാശത്തിൽനിന്ന് ചെടികളെ രക്ഷിക്കുക എന്ന ലക്ഷ്യത്തോടെ ലോകത്തിലുള്ള എല്ലാ ചെടികളുടേയും വിത്തുകൾ ശേഖരിച്ച് സംരക്ഷിക്കുന്ന ഒരു പദ്ധതി ക്യൂഗാർഡൻസ് നടപ്പിലാക്കിവരുന്നു. ഇതിന് മില്ലനിയം സീഡ് ബാങ്ക് പ്രോഗ്രാം എന്നാണ് പേര്. ഏതാണ്ട് ഒരു ലക്ഷത്തോളം സസ്യങ്ങൾ വംശനാശം നേരിടുന്നുവെന്ന് കണക്കുകൾ പറയുന്നു.

## ഓറോറ (പ്രഭാത ദീപ്തി)

ചില രാത്രികളിൽ സൂര്യോദയത്തിനു മുമ്പുള്ള മനോഹര പ്രകാശമാതൃകയാണ് ഓറോറ.  പച്ച, ചുവപ്പ്, നീല, മഞ്ഞ എന്നീ നിറങ്ങളാൽ ആകാശം ശോഭിക്കുന്നു. ഓറോറയും ഭൂമിയുടെ കാന്തികക്ഷേത്രവുമായി ബന്ധമുണ്ടെന്ന് ഇംഗ്ലീഷ് ജ്യോതി

ശാസ്ത്രജ്ഞനായ എഡ്മണ്ട് ഹാലി കണ്ടെത്തി. ചുട്ടുപഴുത്ത ഗോളമായ സൂര്യനിൽനിന്നും പ്രോട്ടോൺ, ഇലക്ട്രോൺ തുടങ്ങിയ ചാർജുകൾ പ്രവഹിച്ചുകൊണ്ടേയിരിക്കുന്നു. ഈ ചാർജുകൾ ഭൂമിയുടെ കാന്തികക്ഷേത്രത്തിനടുത്തേക്ക് ആകർഷിക്കപ്പെടുന്നു. ഉത്തരദക്ഷിണകാന്തക്ഷേത്രങ്ങൾ ചാർജുകളുടെ വേഗതയും ദിശയും മാറ്റുന്നു. അപ്പോൾ ഇവ മുകളിലത്തെ തണുത്ത അന്തരീക്ഷപാളിയിലെ വായുതന്മാത്രകളുമായി കൂട്ടിയിടിച്ച് ഉണ്ടാകുന്ന വർണ്ണരാജിയാണ് ഓറോറ. വിശറിയുടെയും കർട്ടന്റെയും ആകൃതിയിൽ ചെറിയ പൊട്ടിത്തെറി ശബ്ദത്തോടെയാണ് ഓറോറ അഥവാ പ്രഭാതദീപ്തി ഉണ്ടാകുന്നത്. കാനഡയിലെ ഹഡ്സൺ ഉൾക്കടൽ ഭാഗത്തും വടക്കേ സ്കോട്ട്ലാന്റിലും ദക്ഷിണ നോർവേയിലും സ്വീഡനിലും ഓസ്ട്രേലിയയിലും ശ്രീലങ്കയിലും ഓറോറ ദൃശ്യമാണ്. ശ്രീബുദ്ധന്റെ സന്ദേശങ്ങളായി ശ്രീലങ്കക്കാർ ഇവയെക്കാണുന്നു.

# ഇന്ദ്രജാലം

## മായാജാലക്കാരൻ

**ത**ലയിൽ ഒരു തൊപ്പിയും കോട്ടും സ്യൂട്ടും ധരിച്ച് ഒരു കൈയിൽ മാന്ത്രികവടിയും മറ്റേ കൈയിൽ കൈലേസും പിടിച്ചു കൊണ്ട് നില്ക്കുന്ന രൂപമാണ് മജീഷ്യൻ അല്ലെങ്കിൽ മാന്ത്രികൻ എന്നു പറയുമ്പോൾ ഓർമ്മ വരിക. തൊപ്പിക്കകത്തുനിന്നും മുയലിനെ എടുക്കുന്ന മജീഷ്യൻ ശരിക്കും ഒരു ഹീറോ തന്നെ.

അസാദ്ധ്യമായ കാര്യങ്ങളെ സാദ്ധ്യമാക്കുന്ന രീതിയിൽ ചെയ്തു കാണിച്ച് ആളുകളെ അമ്പരപ്പിക്കുന്ന സൂത്രവിദ്യയാണ് മാജിക് അഥവാ മായാജാലം. മായാജാലം കാട്ടുന്നയാളാണ് മജീഷ്യൻ അഥവാ മായാജാലക്കാരൻ. മാജി എന്ന ലാറ്റിൻ ഭാഷയിലുള്ള വാക്കിൽനിന്നാണ് മാജിക് എന്ന വാക്കുണ്ടായത്.

ഓരോ മജീഷ്യന്മാർക്കും വ്യത്യസ്ത വിദ്യകളായിരിക്കും കാണിക്കാനുണ്ടാവുക. കൺകെട്ടുവിദ്യകൾ കാണിക്കുന്ന മായാജാലക്കാരൻ കാണികൾക്ക് എന്നും വിസ്മയം തന്നെ. പണ്ടുപണ്ട് തന്നെ മാജിക് ഉണ്ടായിരുന്നത്രേ. മായാജാലത്തിന്റെ ചരിത്രത്തിന് ഏകദേശം 52,000 വർഷത്തെ പഴക്കമുണ്ട്.

പുരാതനകാലത്ത് നായാട്ടിന് പോകുന്നവർ ചെയ്തിരുന്ന ഒരു കാര്യമെന്താണെന്നറിയാമോ ? മൃഗങ്ങളെ വേട്ടയാടുന്ന ചിത്ര

ങ്ങൾ ഗുഹയുടെ ചുവരുകളിലും മറ്റും വരച്ചിടും. പിന്നീട് നായാട്ടിന് പോകുമ്പോൾ ഈ ചിത്രങ്ങൾക്ക് ജീവൻ വെക്കുമെന്നവർ വിശ്വസിച്ചു. അതായത് വരച്ച കാര്യങ്ങൾ സത്യമാകുമെന്നവർ കരുതി. അങ്ങനെയൊന്നും സംഭവിച്ചില്ല. പക്ഷേ, ഈ ചിത്രങ്ങൾ അവർക്ക് ആത്മവിശ്വാസമേകിയിരുന്നു. അവർക്ക് ഇതൊരു മായാജാലമായിരുന്നു.

മായാജാലം വിളസമൃദ്ധിയും സമ്മാനങ്ങളും കൊണ്ടുവരുമെന്ന് ഈജിപ്തിലെ ആളുകൾ വിശ്വസിച്ചിരുന്നു. സ്വപ്നങ്ങൾ വിശകലനം ചെയ്ത് ഭാവി പറയുന്നത് ഗ്രീക്കുകാരുടേയും റോമാക്കാരുടേയും പതിവായിരുന്നു. യൂറോപ്യന്മാരും മാജിക്കിൽ വിശ്വസിച്ചിരുന്നു. പക്ഷേ, മായാജാലം പാപമാണെന്നും അവർ കരുതി. അവർ രണ്ട് വിശിഷ്ടവസ്തുക്കൾക്കായി അന്വേഷണം നടത്തിയിരുന്നു. ഒന്ന് മാന്ത്രികക്കല്ല്. ഈ കല്ല് കൊണ്ട് ഇരുമ്പ്, ചെമ്പ് തുടങ്ങിയ ലോഹങ്ങളെ സ്വർണ്ണമാക്കാൻ കഴിയുമെന്ന് വിശ്വസിക്കപ്പെട്ടു. മറ്റൊരു വിശിഷ്ടവസ്തു അമൃതായിരുന്നു. ആയുസ്സിനും ആരോഗ്യത്തിനുമുള്ള ഔഷധം. ഇത്തരത്തിലുള്ള കഥകൾ ഭാരതപുരാണത്തിലും ധാരാളമായുണ്ട്. ദേവന്മാരും ഗന്ധർവ്വന്മാരും മായാജാലക്കാരായിരുന്നു. ജാലവിദ്യകൾകൊണ്ട് ഞൊടിയിടയിൽ എല്ലാം മാറ്റിമറിക്കുന്ന വിദ്യകൾ അവർക്കറിയാമായിരുന്നു.

ബി സി 1500–ാം ആണ്ടോടെ ലോകത്തിലെല്ലായിടത്തും മായാജാലവിശ്വാസങ്ങൾക്ക് ശക്തി കൂടി. അഭ്യസ്തവിദ്യരും മായാജാലത്തിൽ മയങ്ങിപ്പോയി. ശാസ്ത്രത്തിന്റെ പുരോഗതി ചില മായാവിദ്യകളിലുള്ള വിശ്വാസം ഇല്ലാതാക്കി. മായാജാലം യാഥാർത്ഥ്യമല്ലെന്നും മനസ്സിനെ കബളിപ്പിക്കുന്ന ചില സൂത്രങ്ങൾ മാത്രമാണെന്നും ശാസ്ത്രജ്ഞന്മാർ കണ്ടെത്തി.

പതിനെട്ടാം നൂറ്റാണ്ടു മുതൽ മജീഷ്യന്മാരെ ലോകം അംഗീകരിച്ചുതുടങ്ങി. വലിയ ജനക്കൂട്ടത്തിന് മുമ്പിൽ അവതരിപ്പിച്ചിരുന്ന മാജിക് ഇന്ന് ടെലിവിഷനിലും പ്രദർശിപ്പിച്ചുതുടങ്ങിയിരിക്കുന്നു. ഇന്നത്തെ കാലത്ത് മാനസിക ഉല്ലാസത്തിനാണ് മായാജാലം അവതരിപ്പിക്കപ്പെടുന്നത്. ജാലവിദ്യക്കാരൻ സദസ്സിനെ വിസ്മയങ്ങൾ കൊണ്ട് കീഴ്പ്പെടുത്തുന്നു.

ഒഴിഞ്ഞ ബക്കറ്റിൽനിന്നും പ്രാവിനെ എടുക്കുന്ന, വായുവിൽനിന്ന് പൂ എടുക്കുന്ന മായാജാലക്കാരൻ ജാലവിദ്യയിൽ ശരിക്കും തഴക്കം വന്നയാളാണ്. ചിലർ നാണയം, പ്രാവ് തുടങ്ങിയവയെ അപ്രത്യക്ഷമാക്കുന്നു. മറ്റൊരു വിദ്യയാണ് കർച്ചീഫിന്റെ നിറം മാറ്റുകയെന്നത്. ഒരു സാധനത്തെ തല്ലിപ്പൊട്ടിച്ച ശേഷം ആ സാധനത്തെ പഴയതു പോലെയാക്കിത്തീർക്കുക എന്നതും വിസ്മയവിദ്യകളിൽ ഒന്നാണ്. മജീഷ്യൻ ചിലപ്പോൾ ഒരിടത്തുനിന്നെടുക്കുന്ന സാധനം വായുവിലേക്കെറിഞ്ഞ ശേഷം അതിനെ മറ്റൊരിടത്തുനിന്നും എടുക്കുന്നു. അപകടകരമായ രീതിയിലുള്ള വിദ്യകൾ കാണിക്കുന്നവരുമുണ്ട്.

നാളത്തെ പത്രത്തിലെ പ്രധാന വാർത്ത പ്രവചിക്കുക, ഒരാൾ വരച്ച ചിത്രം കാണാതെ ഏതെന്ന് പറയുക തുടങ്ങി പലതും ഇന്നത്തെ മജീഷ്യന്മാർ കാണിക്കുന്ന വിദ്യകളാണ്. സൂത്രവിദ്യകൾ, ബുദ്ധി, കരവിരുത് എന്നിവയുപയോഗിച്ച് അത്ഭുതങ്ങൾ സൃഷ്ടിക്കുന്ന മായാജാലക്കാർ തങ്ങളുടെ ജാലവിദ്യകളുടെ പൊരുൾ രഹസ്യമാക്കിത്തന്നെവെക്കുന്നു.

രഹസ്യം സൂക്ഷിക്കുന്നതിലൂടെ മാത്രമേ അവർക്ക് വിജയം നേടാൻ കഴിയുകയുള്ളു. രഹസ്യം പുറത്തായാൽ അത് മാജിക്കിന്റെ നിലനില്പിനെ ബാധിക്കുന്നു. രഹസ്യം വെളിപ്പെടുത്താതിരുന്നാൽ മാത്രമേ മറ്റുള്ളവർക്ക് അത് ആസ്വദിക്കാൻ കഴിയുകയുള്ളു.

മാജിക് രഹസ്യങ്ങൾ പുറത്താക്കരുതെന്ന പ്രതിജ്ഞ ഓരോ മായാജാലക്കാരനും എടുത്തിരിക്കേണ്ടതാണ്. കൂടാതെ അതേപടി പ്രവർത്തിക്കുകയും വേണം. ഇത് മജീഷ്യൻ സംഘടനകൾ നല്കുന്ന കർശന നിർദ്ദേശമാണ്.

ഇവർ എടുക്കുന്ന പ്രതിജ്ഞ ഇപ്രകാരമാണ്: "ഒരു മജീഷ്യൻ എന്ന നിലയ്ക്ക് ഞാൻ പ്രതിജ്ഞ ചെയ്യുന്നു, മജീഷ്യനല്ലാത്ത മറ്റൊരാളുമായി മാജിക് രഹസ്യങ്ങൾ ഒരിക്കലും ഞാൻ പങ്കുവെക്കുകയില്ല. മാജിക് സൂത്രങ്ങൾ മജീഷ്യനല്ലാത്ത ഒരാളുടെ മുമ്പിൽവെച്ച് ഞാൻ പരിശീലിക്കുകയുമില്ല."

ഒരു മജീഷ്യൻ ജീവിതം മുഴുവൻ ഈ പ്രതിജ്ഞ പാലി

ക്കേണ്ടതുമാണ്. രഹസ്യം പുറത്താക്കുന്ന മജീഷ്യന്മാരെ മറ്റ് മജീഷ്യന്മാർ പുതിയ വിദ്യകൾ പഠിപ്പിക്കാറില്ല. മാജിക് പഠിക്കാനിഷ്ടമുള്ള വിശ്വസ്തരായ ആളുകൾക്ക് രഹസ്യങ്ങൾ കൈമാറുന്നതിൽ വിരോധമില്ല. മാജിക്കുകളെക്കുറിച്ച് എഴുതപ്പെട്ട പുസ്തകങ്ങളിൽനിന്നും പല സൂത്രങ്ങളും ആളുകൾ മനസ്സിലാക്കിയിട്ടുണ്ട്.

മാത്രമല്ല, ഇന്ന് വെബ്സൈറ്റുകളിലും ഇവ വിശദീകരിക്കപ്പെടുന്നു. ഇങ്ങനെ നോക്കിയാൽ മറ്റുള്ളവർക്കറിയാത്ത ഏതാനും മാജിക് സൂത്രങ്ങളേ ഇന്ന് മജീഷ്യന്മാർക്ക് സ്വന്തമായിട്ടുള്ളൂ. മജീഷ്യന്മാർ പഴയ മാജിക് സൂത്രങ്ങളിൽ പുതുമകൾ കലർത്തി അവതരിപ്പിക്കുന്നു.

# മാജിക്ക് ചക്രവർത്തിമാർ

## ജീൻ-എഗ്വിൻ റോബർട്ട് ഹൗഡിൻ

**ആ**ധുനിക മാജിക്കിന്റെ പിതാവായി അറിയപ്പെടുന്ന ഇദ്ദേഹം 1840 കളിൽ യൂറോപ്പിലെങ്ങും മാജിക് പ്രകടനങ്ങൾ നടത്തി. പ്രത്യേകം സജ്ജീകരിച്ച തീയേറ്ററുകളിലാണ് പ്രദർശനങ്ങൾ നടത്തിയത്. ശാസ്ത്രരംഗത്തെ സാങ്കേതികവിദ്യകൾ ഉപയോഗിച്ചുള്ള പല സ്റ്റേജ് ഷോകളും അദ്ദേഹം നടത്തി. കാന്തത്തിന്റെ ആകർഷണവികർഷണശക്തികൾ തന്റെ പരീക്ഷണങ്ങൾക്ക് റോബർട്ട് പ്രയോജനപ്പെടുത്തി. പിന്നീട് ഇക്കാര്യം മനസ്സിലാക്കിയ കാണികൾ ഈ വിദ്യയെ തിരസ്കരിച്ചു.

## ഹാരി ഹൗഡിണി

ഹൗഡിണി എന്ന പേര് മാജിക്കിനെയാണ് ഓർമ്മിപ്പിക്കുക. ഹാരി 1874 ൽ ഹംഗറിയിൽ ജനിച്ചു. പിന്നീട് അമേരിക്കയിലേക്ക് താമസം മാറി. പ്രശസ്ത മജീഷ്യന്മാരിൽ ഒരാളായി മാറിയ ഹാരി ഹൗഡിണി 15-ാം വയസ്സിൽത്തന്നെ മായാജാലവിദ്യയിൽ ആകൃഷ്ടനായി. ആധുനികമായാജാലത്തിന്റെ പിതാവായ റോബർട്ട് ഹൗഡിന്റെ ആരാധകനായിരുന്നു ഹാരി. റോബർട്ട് ഹൗഡിനോടുള്ള ആരാധന മൂത്ത് ഹാരി തന്റെ പേരിനൊപ്പം ഹൗഡിണി എന്ന് കൂട്ടിച്ചേർത്തു.

ഹാരി ഹൗഡിണി

ആദ്യകാലത്ത് ചീട്ടുകളും നാണയങ്ങളും കൊണ്ടുള്ള മാജിക്കാണ് അദ്ദേഹം ചെയ്തിരുന്നത്. ചീട്ടുകളുടെ രാജാവ് എന്നദ്ദേഹം സ്വയം വിശേഷിപ്പിച്ചിരുന്നു. അദ്ദേഹം ചെയ്തിരുന്ന ഒരു മാജിക് വിവരിക്കാം. കാണികളിൽ ഒരാളെക്കൊണ്ട് ഒരു ചീട്ട് (കാർഡ്) എടുപ്പിച്ചശേഷം അയാളെക്കൊണ്ട് അതിൽ ഒപ്പും വെയ്പ്പിക്കുന്നു. പിന്നീട് ഹാരി ചീട്ടുകെട്ടിനെ മുകളിലേക്കെറിയുന്നു. ആസ്വാദകൻ ഒപ്പിട്ട കാർഡ് മാത്രം മുകളിലെ ചുവരിൽ ഒട്ടിപ്പിടിക്കുന്നു. അത്ഭുതം തന്നെ അല്ലേ ?

ചീട്ടുകൾകൊണ്ടുള്ള അത്ഭുതവിദ്യകളിൽ അദ്ദേഹം അഗ്രഗണ്യനായിരുന്നു. എസ്കേപ്പ് വിദ്യകളിൽ അദ്ദേഹം പല പരീക്ഷണങ്ങളും നടത്തി. ഭാര്യയായ വിൽമിനാ ബിയാട്രീസുമൊത്ത് അദ്ദേഹം നടത്തിയ ഒരു മാജിക് പറയാം. ഹാരിയെ ഒരു പെട്ടിക്കുള്ളിൽ കെട്ടിയിടുന്നു. ഭാര്യ അതിന് മുകളിൽ കിടക്കുന്നു. കർട്ടൻ കൊണ്ട് മറയ്ക്കുന്നു. നിമിഷങ്ങൾക്കുശേഷം കർട്ടൻ നീക്കുമ്പോൾ സുസ്മേരവദനനായി ഹാരി എഴുന്നേറ്റുവരുന്നു.

യൂറോപ്പിലെങ്ങും പര്യടനം നടത്തിയ അദ്ദേഹം അന്നത്തെ സൂപ്പർതാരമായിരുന്നു. പല അപകടകരമായ വിദ്യകളും അദ്ദേഹം പയറ്റിനോക്കിയിരുന്നു. ജയന്റ് മിൽക് എസ്കേപ്പ് എന്ന വിദ്യ

യിൽ വെള്ളം നിറച്ച പെട്ടിയിൽനിന്നും ഹാരി അത്ഭുതകരമാം വിധം പുറത്തുവരുന്നു. കയറുകൊണ്ട് കെട്ടിയ ശേഷം വെള്ളം നിറച്ച ടാങ്കിലേക്ക് അദ്ദേഹത്തെ ഇടുന്നു. എല്ലാവരെയും അത്ഭുതപ്പെടുത്തിക്കൊണ്ട് അദ്ദേഹം ഇറങ്ങിവരുന്നു.

പല ചലച്ചിത്രങ്ങളിലും അദ്ദേഹം അഭിനയിച്ചു. പിന്നീട് ഹൗഡിണി പിക്ചർ കോർപ്പറേഷൻ എന്ന ചലച്ചിത്രനിർമ്മാണ കമ്പനിയുടെ ഉടമയായി. 52-ാം വയസ്സിൽ അദ്ദേഹം അന്തരിച്ചു.

## ഡേവിഡ് കോപ്പർഫീൽഡ്

കാണികളെ വിസ്മയിപ്പിച്ച മറ്റൊരു മജീഷ്യൻ. കുറഞ്ഞ പ്രായത്തിൽത്തന്നെ മായാജാലം കാട്ടി പ്രശസ്തി നേടി. ലണ്ടനിലെ ലിബർട്ടി പ്രതിമയെ അപ്രത്യക്ഷമാക്കുന്ന വിദ്യ ഇദ്ദേഹം കാണിച്ചു. ഇദ്ദേഹത്തിന്റെ ജാലവിദ്യ കാണാൻ ജനക്കൂട്ടം തിങ്ങിക്കൂടി. ചൈനാമതിലിലേക്ക് അപ്രത്യക്ഷനായി പുറത്തുവന്നത് ഇദ്ദേഹത്തിന്റെ മറ്റൊരു സൂത്രമായിരുന്നു.

## സീഗ്ഫ്രെയ്ഡും റോയും

സീഗ്ഫ്രെയ്ഡ്, റോയ് എന്നിവർ ചേർന്നുനടത്തിയ മാജിക്ഷോയ്ക്ക് സർമോടി എന്നായിരുന്നു പേര്. കടുവ, സിംഹം തുടങ്ങിയ മൃഗങ്ങളെ പങ്കെടുപ്പിച്ചുകൊണ്ടുള്ള അത്ഭുതപ്രകടനങ്ങൾ ഇവർ കാഴ്ചവെച്ചു. റോയ് ഒരു ജന്തുസ്നേഹിയായിരുന്നു. ജർമ്മനിയായിരുന്നു ഈ മജീഷ്യന്മാരുടെ തട്ടകം.

ഇവരുടെ ഒരു മാജിക് : സുന്ദരിയെ പെട്ടിയിലാക്കിക്കഴിഞ്ഞ ശേഷം പെട്ടിയിൽ കിടത്തിക്കൊണ്ടുതന്നെ സുന്ദരിയുടെ ഉയരം കൂട്ടുന്നു. പിന്നീട് പഴയതുപോലെ ആക്കുന്നു. ഇതെല്ലാം ഇവർ ഒരു മിനിറ്റിനുള്ളിൽ കാണിക്കുകയും ചെയ്യുന്നു.

2000 ൽ നൂറ്റാണ്ടിന്റെ മജീഷ്യന്മാർ എന്ന പദവി ഇവർക്ക് നല്കപ്പെട്ടു. 2003 ൽ സ്റ്റേജ് ഷോയ്ക്കിടയിൽ റോയിക്ക് കടുവയുടെ കടിയേറ്റു. തുടർന്ന് അസുഖബാധിതനായ ഇദ്ദേഹം പിന്നീട് സുഖം പ്രാപിച്ച് തിരിച്ചുവന്ന് വീണ്ടും സിഗ്ഫ്രെയ്ഡിനൊപ്പം സ്റ്റേജ് ഷോകളിൽ വ്യാപൃതനായി.

## ലാൻസ് ബർട്ടൻ

മജീഷ്യന്മാരുടെ മജീഷ്യൻ എന്നറിയപ്പെടുന്ന ലാൻസ് അഞ്ചു വയസ്സുള്ളപ്പോൾ തന്നെ മാജിക് പുസ്തകങ്ങൾ വായിച്ച് അതിലുള്ള വിദ്യകൾ സഹപാഠികളെ കാണിച്ച് അത്ഭുതപ്പെടുത്തിയിരുന്നു. വളർന്നപ്പോൾ മായാജാലമത്സരങ്ങളിൽ സമ്മാനങ്ങളും കരസ്ഥമാക്കി.

പിന്നീട് സ്റ്റേജ് ഷോകൾ നടത്തി പ്രശസ്തനായി. 1982 ൽ മാജിക് ലോകചാമ്പ്യൻഷിപ്പിൽ ലാൻസിന് ബഹുമതി ലഭിച്ചു. കൈയുറകൾ എറിയുമ്പോൾ അവ പ്രാവായി മാറുന്ന വിദ്യയും തുണിയിൽനിന്ന് നീളമുള്ള മെഴുകുതിരി സൃഷ്ടിച്ച് അത് കത്തിക്കുമ്പോൾ അപ്രത്യക്ഷമാകുന്ന വിദ്യയും ലാൻസിന്റെ മാജിക്കിൽ ഉൾപ്പെടുന്നു. ടെലിവിഷൻ ഷോകളും നടത്തിയിരുന്നു.

## ഡോഗ് ഹെന്നിങ്

ഒരു ഡോക്ടറാകാനായിരുന്നു ഡോഗ് ആഗ്രഹിച്ചിരുന്നത്. ചെറുപ്പത്തിൽ ഇദ്ദേഹത്തിന് മാജിക് കേവലം ഒരു ഹോബി മാത്രമായിരുന്നു. പക്ഷേ, പിന്നീട് ഡോഗ് കനേഡിയൻ സർക്കാരിന്റെ സഹായത്തോടെ മാജിക് പഠനത്തിന് ചേർന്നു. മാജിക് ഷോ നടത്തുമ്പോൾ അണിഞ്ഞിരുന്ന വർണ്ണശബളമായ വേഷം കൊണ്ട് ഇദ്ദേഹം കാണികളുടെ ശ്രദ്ധയാകർഷിച്ചു.

ടെലിവിഷൻ ഷോകളിലൂടെ ലക്ഷക്കണക്കിന് കാണികൾ അദ്ദേഹത്തിലേക്ക് ആകൃഷ്ടനായി. ഒരു വിദ്യ പറയാം : പിങ്ക്, നീല എന്നീ വ്യത്യസ്ത വസ്ത്രങ്ങൾ ധരിച്ച സുന്ദരിമാരെ പെട്ടികളിലിട്ട് കറക്കിയ ശേഷം പുറത്തിറക്കുന്നു. അപ്പോൾ ഒരാളുടെ വസ്ത്രത്തിന്റെ നിറം മുകൾഭാഗം പിങ്കും മറ്റേ ഭാഗം നീലയുമായിരുന്നു. മറ്റേ സുന്ദരിയുടെ മുകൾ വസ്ത്രം നീലയും ബാക്കി ഭാഗം പിങ്കുമായിരുന്നു.

മിസ്മേഡ് ഗേൾ എന്ന വിദ്യ ഇങ്ങനെ: ഒരു പെൺകുട്ടിയെ പെട്ടിയിൽ കിടത്തിയശേഷം പെട്ടി മൂന്നു ഭാഗമാക്കി മുറിച്ച് പെട്ടി കറക്കുന്നു. ഓരോ ഭാഗവും തുറക്കുമ്പോൾ ഒരു പെട്ടിയിൽ കാലുകളും മറ്റേ ഭാഗത്തിൽ തലയും മൂന്നാമത്തെ ഭാഗത്തിൽ ശരീര

ത്തിന്റെ മദ്ധ്യഭാഗവും. അത്ഭുതത്തോടെയും ഭയത്തോടെയും കാണികൾ ശ്വാസമടക്കിപ്പിടിച്ചിരിക്കുമ്പോൾ പെട്ടിയുടെ മൂന്നു ഭാഗവും ഒന്നുചേർന്ന് ഒറ്റപ്പെട്ടിയാകുന്നു. ഒന്നും സംഭവിക്കാത്ത മട്ടിൽ പെൺകുട്ടി ചിരിച്ചുകൊണ്ട് ചാടിയെഴുന്നേല്ക്കുന്നു.

## ഡേവിഡ് ബ്ലെയ്ൻ

കൺകെട്ടുവിദ്യകൾ കാണിക്കുന്ന സഞ്ചാരിയെ കൗതുകത്തോടെ നോക്കിനിന്ന ബാലൻ പിന്നീട് മജീഷ്യന്മാരിൽ ശ്രദ്ധേയനായി. പിന്നീടുള്ള തന്റെ ജീവിതത്തിൽ ഡേവിഡ് വഴിയോരത്ത് മായാജാലങ്ങൾ കാണിച്ചുകൊണ്ട് തന്റെ പ്രകടനം തുടർന്നു.

എ ബി സി നെറ്റ്‌വർക്ക് ടെലിവിഷനിലൂടെ ആയിരങ്ങളുടെ ആരാധനാപാത്രമായി മാറിയ ഡേവിഡ് ഒരിക്കൽ ഒരാഴ്ചക്കാലം അടച്ചിട്ട ഗ്ലാസ്പെട്ടിയിൽ കഴിച്ചുകൂട്ടി. മറ്റൊരിക്കൽ ഐസ് നിറച്ച പെട്ടിക്കുള്ളിൽ 62 മണിക്കൂർ കഴിഞ്ഞു. തൊണ്ണൂറടി ഉയരത്തിലുള്ള തൂണിൽ വെള്ളവും ആഹാരവുമില്ലാതെ 34 മണിക്കൂർ കഴിഞ്ഞത് മറ്റൊരു ജാലവിദ്യ.

## ഡെറെൻ ബ്രൗൺ

നിയമബിരുദത്തിനു പഠിക്കുമ്പോൾ ഹിപ്നോട്ടിസം ഷോ കണ്ട് അതിൽ ആകൃഷ്ടനായ ഡെറെൻ പിന്നീട് മായാജാല പ്രകടനത്തിൽ ഹിപ്നോട്ടിസം വിദ്യകൾ കാണിച്ച് ആളുകളെ സ്തബ്ധരാക്കി. മാജിക്കിനെപ്പറ്റിയുള്ള പുസ്തകങ്ങളും രചിച്ചിട്ടുണ്ട്.

## പി സി സർക്കാർ

പ്രതുൽ ചന്ദ്ര സർക്കാർ എന്ന പി സി സർക്കാർ സീനിയർ ആണ് ഇന്ത്യൻ മായാജാലത്തിന്റെ പിതാവ്. അദ്ദേഹത്തിന്റെ വാക്കുകൾ ഇതാ: ഞാൻ ഉറങ്ങുമ്പോൾ മാജിക് ശ്വസിക്കുന്നു, ഉണരുമ്പോൾ മാജിക് കാണിക്കുന്നു.”

അവിശ്വസനീയമായ അത്ഭുതക്കാഴ്ചകളാണ് സർക്കാർ

കാണികൾക്കായി നടത്തിയത്. തന്റെ ജീവിതം മുഴുവൻ അദ്ദേഹം മായാജാലത്തിനായി സമർപ്പിച്ചു. അനേകം ശിഷ്യന്മാരുമുണ്ട്. ബംഗ്ലാദേശിലെ ഒരു ബംഗാളി കുടുംബത്തിൽ ജനിച്ചു. സ്കൂളിലെയും കോളേജിലെയും സമർത്ഥനായ വിദ്യാർത്ഥിയായിരുന്നു. മാജിക്കിനെക്കുറിച്ച് 20 ഓളം പുസ്തകങ്ങൾ രചിച്ചു.

ഇന്ദ്രജാലപ്രകടനം നടത്താൻ ജപ്പാനിലേക്ക് പോയ അവസരത്തിലാണ് പി സി സർക്കാർ അന്തരിച്ചത്. 2010 ഫെബ്രുവരി 23 ന് ഇന്ത്യാഗവൺമെന്റ് പി സി സർക്കാർ സീനിയറിന്റെ പേരിൽ പോസ്റ്റൽ സ്റ്റാമ്പ് പുറത്തിറക്കി.

## അമേരിക്കൻ മാജിക് മ്യൂസിയം

1978 ഏപ്രിൽ ഒന്നിനാണ് മാജിക് മ്യൂസിയം അമേരിക്കയിൽ ആരംഭിച്ചത്. 140 വർഷം പഴക്കമുള്ള വിക്ടോറിയ ബിൽഡിങ്ങിലാണ് മ്യൂസിയം സ്ഥിതി ചെയ്യുന്നത്. ഈ മ്യൂസിയത്തിൽ പഴയകാലമജീഷ്യന്മാരുടെ മാജിക് സാമഗ്രികൾ സൂക്ഷിച്ചിരിക്കുന്നു. കൂടാതെ മാജിക്കിനെപ്പറ്റിയുള്ള അനേകം പുസ്തകങ്ങളും ഫോട്ടോകളും സൂക്ഷിച്ചിരിക്കുന്നു.

## മാജിക് സർക്കിൾ

മജീഷ്യന്മാരുടെ ബ്രിട്ടീഷ് സംഘടനയാണ് മാജിക് സർക്കിൾ. ലണ്ടനിലാണ് ആസ്ഥാനം. 1905 ൽ സ്ഥാപിക്കപ്പെട്ട ഈ സംഘടനയിൽ ഇപ്പോൾ 40 രാജ്യങ്ങളിൽ നിന്നായി ഏകദേശം 1450 അംഗങ്ങളുണ്ട്. ഓരോ മജീഷ്യനും മാജിക് രഹസ്യങ്ങൾ പുറത്തുവിടരുതെന്നതാണ് സംഘടനയുടെ മുദ്രാവാക്യം. ഈ നിബന്ധന തെറ്റിക്കുന്നവരെ മാജിക് സർക്കിൾ പുറത്താക്കുന്നു. മാജിക് സർക്കിളിൽ അംഗമാകണമെങ്കിൽ 18 വയസ്സ് പൂർത്തിയാക്കിയിരിക്കണം. എന്നാൽ 18 വയസ്സിൽ താഴെയുള്ളവർക്കായി ഒരു ക്ലബ് ഇവിടെ രൂപീകരിച്ചിട്ടുണ്ട്.

# കായിക വിനോദങ്ങൾ

## കായിക വിനോദങ്ങൾ

**ചി**ല നിയമങ്ങൾക്കും ആചാരങ്ങൾക്കും അനുസൃതമായും മത്സരബുദ്ധിയോടെയുമുള്ള കളികളെയാണ് സ്പോർട്സ് അഥവാ കായികവിനോദങ്ങൾ എന്നു പറയുന്നത്. കളികളിലേർപ്പെടുന്നവരുടെ കായികശേഷിയെ ആശ്രയിച്ചാണ് വിജയം. കായികശേഷി ഉപയോഗിക്കാത്ത ബുദ്ധിയുപയോഗിച്ചുള്ള വിനോദങ്ങളും സ്പോർട്സിൽ ഉൾപ്പെടുന്നു. കളികൾ വിനോദത്തിനും കായികക്ഷമത വർദ്ധിപ്പിക്കാനും പ്രയോജനപ്പെടുന്നു.

മത്സരക്കളികളിൽ ഓരോ കളിക്കാരനും ശ്രദ്ധിക്കേണ്ട പല കാര്യങ്ങളുമുണ്ട്. കളിയോട് സത്യസന്ധത പുലർത്തണം. ലളിതമായ ഭാഷയിൽ പറഞ്ഞാൽ കള്ളക്കളി കളിക്കരുത്. ചതിപ്രയോഗം നടത്തരുത്. വളരെ ചുറുചുറുക്കോടെ വേണം കളിക്കാൻ. ഓരോ കായികയിനത്തിലുമുള്ള നിബന്ധനകൾ പാലിക്കണം. എതിരാളികളെ ബഹുമാനിക്കണം. വിജയം കൈവരിക്കുന്നവരെ അഭിനന്ദിക്കാൻ ഒരു മടിയും കാണിക്കരുത്.

കളിക്കുന്നയാൾക്ക് സ്പോർട്സ്മാൻഷിപ്പ് ഉണ്ടാകണമെന്ന് പറയാറുണ്ട്. ഒപ്പം കളിക്കുന്നവരോട് മര്യാദയും ബഹുമാനവും പ്രകടിപ്പിക്കുക, കളിയുടെ നിയമങ്ങൾ കർശനമായി പാലിക്കുക, ഊർജ്ജസ്വലത കൈവരിക്കുക, നല്ല പെരുമാറ്റം ശീലിക്കുക

എന്നിവയൊക്കെ സ്പോർട്സ്മാൻ ഷിപ്പിൽ ഉൾപ്പെടും. ഏതു കളിയായാലും വിജയം ഒരാൾക്ക് അല്ലെങ്കിൽ ഒരു ടീമിന് മാത്രമായിരിക്കുമല്ലോ. വിജയം പരിശീലനത്തെയും സാഹചര്യത്തെയും ആശ്രയിച്ചാണെങ്കിലും വിജയം കൈവരിച്ചാൽ തോല്വി സംഭവിച്ച എതിർടീമിനെ അല്ലെങ്കിൽ എതിരാളിയെ പരിഹസിക്കരുത്.

പ്രശസ്ത സ്പോർട്സ് ലേഖകനായ ഗ്രാന്റ് ലാന്റ് റൈസ് പറഞ്ഞിട്ടുള്ളത് ഇങ്ങനെയാണ്: "കളിയിലെ വിജയത്തേക്കാളും പരാജയത്തേക്കാളും പ്രാധാന്യമർഹിക്കുന്നത് എങ്ങനെ കളിച്ചു എന്നതിനാണ്." ആധുനിക ഒളിമ്പിക് ഗെയിം തുടങ്ങുന്നതിൽ പ്രധാന പങ്കുവഹിച്ച പിയറി ഡി കൗബെർട്ടിന്റെ വാക്കുകളിതാ: "കളിയിലെ മുഖ്യഘടകം വിജയമല്ല, അതിൽ പങ്കെടുക്കുക എന്നതാണ്."

ആരോഗ്യകരമായ മത്സരമാകണം കളിക്കാർ തമ്മിലുണ്ടാകേണ്ടത്. കളിയിൽ അക്രമസ്വഭാവം ഒരിക്കലും പ്രോത്സാഹിപ്പിക്കാൻ പാടില്ല. ആധുനിക സ്പോർട്സിൽ കളിയിലെ നിയമങ്ങൾക്കും നിബന്ധനകൾക്കും വളരെ വ്യക്തതയുണ്ട്.

## കായികചരിത്രം

കായികവിനോദങ്ങൾ പുരാതനകാലം മുതൽ തന്നെ ഉണ്ടായിരുന്നു. ഓരോ സ്ഥലത്തെയും ചരിത്രാവശിഷ്ടങ്ങളിൽനിന്ന് അന്നത്തെ ജനങ്ങൾ പല കളികളിലും ഏർപ്പെട്ടിരുന്നതായി മനസ്സിലാക്കാൻ കഴിഞ്ഞിട്ടുണ്ട്. ഫുട്ബോൾ പോലെയുള്ള കളികളുടെ ആദ്യകാലരൂപം സാധാരണ പന്തുകളിയാണ്. ലോകത്തിലെ പല ഭാഗത്തുമുള്ള ഗുഹാചിത്രങ്ങളിൽനിന്ന് അക്കാലത്ത് പ്രചാരത്തിലുണ്ടായിരുന്ന കായികവിനോദങ്ങളെക്കുറിച്ച് അറിയാൻ സാധിക്കും.

ഗോൾഫ്, കുതിരപ്പന്തയം തുടങ്ങിയ മത്സരയിനങ്ങൾ യൂറോപ്പിലെ ഉന്നതർക്കിടയിൽ നേരത്തേതന്നെ നിലനിന്നിരുന്നു. സ്പോർട്സിന് കൂടുതൽ പ്രചാരവും പ്രാധാന്യവും ഉണ്ടായത് വ്യാവസായികവിപ്ലവത്തിനുശേഷമാണ്. വിദ്യാലയങ്ങൾ സ്ഥാപിക്കപ്പെട്ടതിനുശേഷം ബാസ്കറ്റ്ബോൾ പോലെയുള്ള കളികൾക്ക് പ്രചാരമുണ്ടായി.

റോമാസാമ്രാജ്യത്തിൽ രഥങ്ങൾ പായിച്ചുകൊണ്ടുള്ള മത്സരങ്ങളുണ്ടായിരുന്നു. ഇതിന്റെ ആധുനിക പതിപ്പാണ് ഇന്നത്തെ കാർറേസിങ്. പണ്ട് അപകടം നിറഞ്ഞ കായികമത്സരങ്ങളുമുണ്ടായിരുന്നു. 400 ബി സി മുതൽ തന്നെ ചൈനയിൽ കായിക മത്സരങ്ങൾ നിലനിന്നിരുന്നുവെന്നതിന് തെളിവുകളുണ്ട്. ചൈനയിലെ പുരാതന കായികയിനമാണ് ജിംനാസ്റ്റിക്സ്. ഈജിപ്തിൽ നീന്തൽ, ജാവലിൻ, ഹൈജമ്പ്, മല്ലയുദ്ധം തുടങ്ങിയവയുണ്ടായിരുന്നു. കളരിപ്പയറ്റിനോട് സമാനമായ കായികവിനോദമാണ് കരാട്ടെ.

ആദ്യകാല ഒളിമ്പിക്സിൽനിന്നും ഇന്നത്തെ ഒളിമ്പിക്സ് എത്രയോ പുരോഗതി കൈവരിച്ചുകഴിഞ്ഞു. പണ്ട് മിക്ക കായിക വിനോദങ്ങളും കാണാൻ ധാരാളം ആളുകൾ തടിച്ചുകൂടിയിരുന്നു. കാണികൾ കളിയുടെ ഒരു ഭാഗമായി മാറി.

## ഇന്ത്യയുടെ കായികചരിത്രം

ഇന്ത്യയിൽ പണ്ടുകാലത്ത് ആളുകൾ ആസ്വദിച്ചിരുന്ന കായികവിനോദങ്ങളാണ് ചതുരംഗം, പാമ്പും ഏണിയും കളി, ചീട്ടുകളി, പോളോ, ജൂഡോ തുടങ്ങിയവ. ബുദ്ധിയുപയോഗിച്ച് കളിക്കുന്ന ചതുരംഗം രാജകൊട്ടാരങ്ങളിൽ പതിവായിരുന്നു. ഏഴാം നൂറ്റാണ്ടുമുതൽ ചതുരംഗം കളിച്ചിരുന്നുവത്രെ. നായാട്ടും രാജകുടുംബങ്ങൾ ആസ്വദിച്ചിരുന്ന കായികവിനോദമായിരുന്നു. അസ്ത്രവിദ്യയിലെ മികവ് തെളിയിച്ചിരുന്നത് നായാട്ടിലൂടെയായിരുന്നു.

അക്ബറുടെ സദസ്സിലെ പണ്ഡിതനായ അബുൾ ഫസൽ എഴുതിയ പുസ്തകത്തിൽ ചീട്ടുകളിയുടെ ഉത്ഭവം ഭാരതമാണെന്ന് പറയുന്നു. ക്രീഡാപത്രമെന്നായിരുന്നത്രെ ഈ കളിയുടെ പേര്. നളന്ദയിലും തക്ഷശിലയിലും വിദ്യാർത്ഥികൾക്കിടയിലുണ്ടായിരുന്ന മത്സരങ്ങളായിരുന്നു വാൾപ്പയറ്റ്, ഓട്ടമത്സരം, മല്ലയുദ്ധം, പന്തുകളി തുടങ്ങിയവ.

ഭാരതത്തിലെ കായികവിനോദങ്ങളും അതിനായി ഒരുക്കിയിരുന്ന വേദികളും കണ്ട് താൻ അത്ഭുതപ്പെട്ടിരുന്നതായി പതിനാറാം നൂറ്റാണ്ടിൽ ഭാരതം സന്ദർശിച്ച പോർച്ചുഗീസ് സഞ്ചാരി

രേഖപ്പെടുത്തിയിട്ടുണ്ട്. മുഗൾസാമ്രാജ്യത്തിലെ ആഗ്രകോട്ടയും ചുവപ്പുകോട്ടയും മല്ലയുദ്ധങ്ങൾക്കുള്ള വേദികളായിരുന്നു.

## കാണികളുടെ ആവേശം

കാണികളുടെ പ്രോത്സാഹനം കളികൾക്ക് ആവേശം പകർന്നു നല്കിയ ചരിത്രം തുടങ്ങിയത് 1880 കളിലാണ്. ആൾക്കൂട്ടം ആർത്തുവിളിച്ച് കളിക്കുന്ന ടീമിനെ പ്രോത്സാഹിപ്പിക്കുന്നു. 1898 ൽ മിന്നെസോട്ട സർവ്വകലാശാലയിലെ വിദ്യാർത്ഥിയായ ജോണികാംബെൽ ആണ് കാണികളുടെ ലഹരിക്ക് തിരി കൊളുത്തിയത്. 1903 ൽ കാണികളുടെ സംഘടന രൂപീകരിക്കപ്പെട്ടു. ചില സ്പോർട്സ് താരങ്ങൾക്ക് പിന്തുണ പ്രഖ്യാപിച്ചുകൊണ്ട് ഇന്ന് ലോകമെമ്പാടും സംഘടനകൾ രൂപംകൊള്ളുന്നു. സ്പോർട്സ് ആരാധകരിൽ നടന്മാരും ഗായകന്മാരും ഉൾപ്പെടുന്നു. വോളിബോൾ, ബാസ്കറ്റ്ബോൾ, സോക്കർ, ഐസ്ഹോക്കി, ക്രിക്കറ്റ് തുടങ്ങി മിക്ക കളികൾക്കും ആരാധകവൃന്ദവും സ്പോൺസേഴ്സുമുണ്ട്.

## വിവിധ കായിക ഇനങ്ങൾ

ലോകമെമ്പാടും ഇന്ന് വിവിധ കായികയിനങ്ങൾ പ്രചാരത്തിലുണ്ട്. അവയിൽ പലതും നമുക്ക് അറിവില്ലാത്തതാണ്. ഇന്ത്യയിലും പുറത്തും പ്രചാരത്തിലുള്ള കായിക ഇനങ്ങളെ ഇനി പരിചയപ്പെടാം.

## ഹോക്കി

ഏകദേശം നാലായിരം വർഷങ്ങൾക്കു മുമ്പുതന്നെ ഹോക്കി എന്ന കളി നിലനിന്നിരുന്നുവെന്ന് വിശ്വസിക്കപ്പെടുന്നു. വടിയും പന്തുമുപയോഗിച്ചുള്ള കളിയെന്ന് ഇത് അറിയപ്പെട്ടിരുന്നു. റോം, സ്കോട്ട്ലാന്റ്, ഈജിപ്ത്, തെക്കേ അമേരിക്ക എന്നിവിടങ്ങളിൽ ഹോക്കി കളിച്ചിരുന്നു. നൈൽ നദീതീരത്ത് ബെനി ഹസൻ ശവകുടീരത്തിൽ ഹോക്കിവടി പിടിച്ചു നില്ക്കുന്ന ഈജിപ്ത് കളിക്കാരുടെ ചിത്രമുണ്ട്. പല പേരുകളിലാണ് ഈ കളി അറിയപ്പെട്ടിരുന്നത്. സ്കോട്ട്ലൻഡിൽ 'ഷിന്റി'എന്ന പേരിലും

വെയിൽസിലും ഇംഗ്ലണ്ടിലും 'ബാൻഡി' എന്ന പേരിലും ഹോക്കി അറിയപ്പെട്ടിരുന്നു. ഹോക്കി എന്ന പേരുപയോഗിച്ചത് ഐറിഷുകാരാണ്. പില്ക്കാലത്ത് ഹോക്കി എന്ന പേര് പ്രസിദ്ധമാവുകയും ചെയ്തു. ഫ്രാൻസിൽ ഹോക്ക് ക്വറ്റ് എന്ന പേരിൽ ഒരു കളി നിലവിലുണ്ടായിരുന്നു. ഇടയന്റെ വളഞ്ഞ വടിയെന്നർത്ഥമുള്ള ഹോക്കറ്റ് എന്ന ഫ്രഞ്ച് വാക്കിൽനിന്നാണ് ഹോക്കി എന്ന പേരുണ്ടായതെന്നും കരുതുന്നു.

17, 18 നൂറ്റാണ്ടുകളിൽ ഇംഗ്ലണ്ടിലെ ഗ്രാമങ്ങൾ തമ്മിൽ ഹോക്കി കളിച്ചിരുന്നു. ഓരോ ടീമിലും നൂറ് കളിക്കാരുണ്ടായിരുന്നു. ഗ്രാമവാസികൾക്ക് ഈ കളി ആത്മാഭിമാനത്തിന്റെ വെല്ലുവിളിയായിരുന്നു. ഒരു കളി ഏതാണ്ട് അരമാസത്തോളം നീണ്ടുനില്ക്കും. കളി തീരുമ്പോഴേക്കും മിക്ക കളിക്കാർക്കും പരിക്കേറ്റിരിക്കും. ഇന്നത്തെപ്പോലെ അന്ന് കാണികൾ ആർപ്പുവിളികൾ മുഴക്കിയിരുന്നില്ല. വലിയ ശബ്ദമുണ്ടാക്കാതെയിരുന്ന് കളി കണ്ടുകൊണ്ടിരിക്കുമായിരുന്നു.  ഓരോ ടീമിനും അമ്പയർമാരും ഉണ്ടായിരുന്നു.

പിന്നീട് കളിയുടെ നിയമങ്ങൾ ഭേദഗതി ചെയ്യപ്പെട്ടു. ഇംഗ്ലണ്ടിലെ എറ്റൺ കോളേജ് ഹോക്കി നിയമങ്ങൾ തയ്യാറാക്കി. 1875 ൽ ഹോക്കി സംഘടന രൂപീകരിക്കപ്പെട്ടു. അമ്പയർമാർക്ക് കൂടുതൽ അധികാരങ്ങൾ നല്കപ്പെട്ടു.

1800 കളിൽ തടി കൊണ്ടുണ്ടാക്കിയ പരന്ന വടിയായിരുന്നു ഹോക്കി കളിക്കാനുപയോഗിച്ചിരുന്നത്. 1957–80 കാലഘട്ടത്തിലാണ് ഇന്നത്തെ രൂപത്തിലുള്ള അറ്റം വളഞ്ഞ വടി രൂപപ്പെട്ടുവന്നത്. ബോബി ഹുൾ എന്ന ഒരു കളിക്കാരന്റെ വടിയുടെ അറ്റം ഹോക്കി കളിക്കുന്നതിനിടയിൽ പൊട്ടിപ്പോയി. അറ്റം പൊട്ടി വളഞ്ഞു നില്ക്കുന്ന വടിയുപയോഗിച്ച് പന്തടിച്ചപ്പോൾ കൂടുതൽ വേഗത്തിൽ ലക്ഷ്യം കൈവരിക്കുന്നതായി അയാൾ മനസ്സിലാക്കി. ഇതിനുശേഷമാണ് ഹോക്കി വടി വളഞ്ഞതായതെന്നാണ് ഒരു കഥ.

1980 കളിൽ ലോഹംകൊണ്ടുള്ള ഹോക്കി വടിയാണുണ്ടാക്കിയിരുന്നത്. 21–ാം നൂറ്റാണ്ടായതോടെ തടികൊണ്ടുള്ള വടിയും അലൂമിനിയം വടികളും പ്രചാരത്തിൽ വന്നു. ഭാരം കുറവായതുകൊണ്ട് അലുമിനിയം വടികളാണ് ഇന്നുപയോഗിക്കുന്നത്.

വനിതകളുടെ ഹോക്കി 1887 ൽ ആദ്യമായി ബ്രിട്ടീഷ് സ്കൂളുകളിൽ ആരംഭിച്ചു. പിന്നീട് എല്ലാ രാജ്യങ്ങളിലേക്കും പ്രചരിച്ചു. അന്താരാഷ്ട്ര വനിതാഹോക്കിസംഘടന 1927 ൽ രൂപീകരിക്കപ്പെട്ടു. 1908 ലാണ് ഒളിമ്പിക്സിൽ ഹോക്കി ഉൾപ്പെടുത്തിയത്. 1980 ലാണ് വനിതകൾക്ക് ഒളിമ്പിക്സിൽ ഹോക്കി കളിക്കാൻ അവസരം ലഭിച്ചത്.

## ഫുട്ബോൾ

19-ാം നൂറ്റാണ്ടിനുമുമ്പ് കാല് കൊണ്ട് പന്ത് തട്ടി കളിക്കുന്ന ഏത് കളിയും ഫുട്ബോൾ എന്നറിയപ്പെട്ടു. ഇത്തരത്തിൽ നിലവിലുണ്ടായിരുന്ന ഓരോ കളിക്കും ഓരോ നിയമങ്ങളായിരുന്നു. റഗ്ബി എന്ന കളിയെ അമേരിക്കൻ ഫുട്ബോളിന്റെ മുൻഗാമിയായി കരുതുന്നു. ഇന്നത്തെ ഫുട്ബോളിന്റെ ഉത്ഭവം യൂറോപ്പാണെന്ന് കരുതുന്നു.

പുരാതന ചൈനയിൽ ചക്രവർത്തിയുടെ ജന്മദിനത്തിൽ പടയാളികൾ മൃഗത്തോലുകൊണ്ടുണ്ടാക്കിയ പന്ത് തട്ടി കളിച്ചിരുന്നു. പസഫിക് ദ്വീപുകളിൽ കൈകൊണ്ടും കാലുകൊണ്ടും പന്ത് കളിച്ചിരുന്നു. പന്തായി ഉപയോഗിച്ചിരുന്നത് തേങ്ങകളും ഓറഞ്ചുകളുമാണ്. യൂറോപ്പിലെ കർഷകരുടെ ഇഷ്ടവിനോദമായിരുന്നു പന്ത് കളി. രണ്ടായിരത്തിയഞ്ഞൂറ് വർഷങ്ങൾക്കുമുമ്പ് ചൈനയിൽ പ്രചാരത്തിലുണ്ടായിരുന്ന സുചു എന്ന കളിക്ക് ഫുട്ബോളുമായി സാദൃശ്യമുണ്ടായിരുന്നതായി പറയപ്പെടുന്നു.

ആധുനിക ഫുട്ബോളിന്റെ പിതാവെന്ന് അറിയപ്പെടുന്നത് വാൾട്ടർ കാംപ് ആണ്. 1880 ൽ പതിനൊന്ന് അംഗങ്ങളടങ്ങിയ ടീമിന് തുടക്കംകുറിച്ചത് ഇദ്ദേഹമാണ്. കളിയെപ്പറ്റിയുള്ള ആധുനിക നിയമങ്ങൾ ഇദ്ദേഹം രൂപപ്പെടുത്തി. 1892 ൽ സാധാരണക്കാരുടെ ഇടയിൽ ആധുനികഫുട്ബോൾ പ്രചാരം നേടിത്തുടങ്ങി. മികച്ച ഫുട്ബോൾ കളിക്കാർക്ക് സമ്മാനങ്ങളും നല്കപ്പെട്ടു. 1920 ഓടെ പ്രൊഫഷണൽ ഫുട്ബോൾ ക്ലബ്ബുകൾ രൂപീകരിക്കപ്പെട്ടു. 1968 ൽ വനിതകളും ഫുട്ബോൾ രംഗത്തെത്തി.

## ബാഡ്മിന്റൺ

പണ്ട് പല രാജ്യങ്ങളിലും പല രീതിയിൽ കളിച്ചിരുന്ന ബാഡ്മിന്റൺ പല പേരുകളിലാണ് അറിയപ്പെട്ടിരുന്നത്. ഈ

കളി ബാറ്റ്ൽഡോർ എന്ന പേരിലാണ് ഗ്രീസിൽ അറിയപ്പെട്ടിരുന്നത്. ജപ്പാനിൽ ഹാനേതുസ്കി എന്നറിയപ്പെട്ടിരുന്ന ബാഡ്മിന്റൺ പുതുവർഷത്തിൽ രണ്ട് പെൺകുട്ടികൾ ചേർന്നുകളിക്കുന്ന കളിയായിരുന്നു. ഷട്ടിൽ കോക്ക് അടിക്കാൻ സാധിക്കാതെ വന്നാൽ ആ കളിക്കാരന്റെ മുഖത്ത് എതിരാളി മഷി കൊണ്ട് വരയ്ക്കുന്നു.

ഇന്ത്യയിൽ പൂനാ എന്നറിയപ്പെട്ടിരുന്ന ഈ കളി പതിനാറാം നൂറ്റാണ്ടിൽ ബ്രിട്ടനിൽ പ്രചരിച്ചു. അവിടെ ഇതിനായി ഒരു ദിനം തന്നെ കൊണ്ടാടിത്തുടങ്ങി. ആളുകൾ റോഡിലിറങ്ങി കളിക്കാറുണ്ടായിരുന്നു. 1948 ൽ ആദ്യ ബാഡ്മിന്റൺ ചാമ്പ്യൻഷിപ്പ് നടത്തപ്പെട്ടു. 1992 ൽ ബാഡ്മിന്റൺ ഒളിമ്പിക്സിൽ ഉൾപ്പെടുത്തി.

## ക്രിക്കറ്റ്

ഇംഗ്ലണ്ടിലെ ആട്ടിടയന്മാരുടെ ഒഴിവുകാല വിനോദമായിരുന്നുവത്രേ ക്രിക്കറ്റ്. പതിനാലാം നൂറ്റാണ്ടിൽത്തന്നെ ഈ കളി നിലവിലുണ്ടായിരുന്നു. വടി എന്നർത്ഥമുള്ള ക്രിക്ക് എന്ന ഡച്ച് വാക്കിൽ നിന്നാണ് ക്രിക്കറ്റ് എന്ന വാക്കുണ്ടായതെന്ന് കരുതുന്നു. 1697 ൽ ക്രിക്കറ്റ് മത്സരങ്ങൾ ആരംഭിച്ചിരുന്നു. വർത്തമാനപത്രങ്ങളിൽ കളിയുടെ റിപ്പോർട്ടുകൾ വന്നുതുടങ്ങി. ക്രിക്കറ്റ്ടീമുകളുണ്ടാക്കി പല സംഘടനകളും പന്തയത്തിലേർപ്പെട്ടു. പന്തയം ജയിക്കാൻ ക്രിക്കറ്റ് കളി സംഘടിപ്പിക്കപ്പെട്ടു.

ഇംഗ്ലണ്ടിൽനിന്നും ക്രിക്കറ്റ് അമേരിക്കയിലേക്ക് പ്രചരിച്ചു. പതിനെട്ടാം നൂറ്റാണ്ടോടെ ലോകത്തിന്റെ മറ്റു ഭാഗങ്ങളിലേക്കും ക്രിക്കറ്റ് പ്രചരിച്ചു. ഓസ്ട്രേലിയ, ന്യൂസിലാന്റ്, വെസ്റ്റിൻഡീസ്, ഇന്ത്യ, പാകിസ്ഥാൻ, ശ്രീലങ്ക തുടങ്ങിയ രാജ്യങ്ങളിലെല്ലാം ക്രിക്കറ്റിന് ആരാധകരുമുണ്ടായി.

ബാറ്റ്, പന്ത്, വിക്കറ്റ്, പിച്ചിന്റെ വിസ്തൃതി, ഓവറുകൾ തുടങ്ങിയവയെക്കുറിച്ചുള്ള ക്രിക്കറ്റ് നിയമങ്ങൾ പണ്ടുതന്നെ നിലവിലുണ്ടായിരുന്നു. 1774 ൽ എൽ ബി ഡബ്ലിയു, മിഡിൽ സ്റ്റംപ് എന്നിവയും എഴുതി ചേർക്കപ്പെട്ടു. കൂടാതെ രണ്ട് അമ്പയർമാരെ തീരുമാനങ്ങളെടുക്കാൻ ഉൾപ്പെടുത്തി. നോമ്പയർ എന്ന ഫ്രഞ്ച്

വാക്കിൽനിന്നാണ് അമ്പയർ എന്ന വാക്കുണ്ടായത്. പക്ഷാഭേദമില്ലാത്ത എന്നാണ് ഇതിനർത്ഥം. സാധാരണ ക്രിക്കറ്റ് മാച്ചിൽ രണ്ട് അമ്പയർമാരാണ് ഉണ്ടാവുക. ഒരാൾ ബൗളിങ്ങിനെ നേരിടുന്ന ബാറ്റ്സ്മാന്റെ എതിർവശത്തും മറ്റേയാൾ മൈതാനത്തിന്റെ ഒരറ്റത്തും നിലയുറപ്പിക്കുന്നു.

## ജല്ലിക്കട്ട്

എല്ലാ വർഷവും ജനുവരി മാസം പകുതിയോടെ തമിഴ്നാട്ടിൽ പൊങ്കൽ മഹോത്സവത്തിന്റെ ഭാഗമായി ജല്ലിക്കട്ട് എന്ന കായികവിനോദം നടക്കുന്നു. ആരോഗ്യമുള്ള മുഴുത്ത വമ്പൻ കാളകളെ ആയുധങ്ങളില്ലാതെ മനുഷ്യർ നേരിടുന്ന ജല്ലിക്കട്ടിൽ അനേകംപേർക്ക് പരിക്കേല്ക്കുകയും ചെയ്യുന്നു. ജല്ലിക്കട്ടിന് മൂവായിരത്തിയഞ്ഞൂറ് വർഷത്തെ പഴക്കമുണ്ടെന്ന് പറയപ്പെടുന്നു. തമിഴ്നാട്ടിലെ നീലഗിരി ജില്ലയിലെ കാരിക്കീയൂർ ഗ്രാമത്തിലെ ഗുഹാചിത്രങ്ങളാണ് ഇതിന് തെളിവ്. വലിയ പാറക്കല്ലുകളിലാണ് ചിത്രമെഴുത്ത് കാണപ്പെടുന്നത്. ഈ കായികവിനോദത്തെ തമിഴ് സിനിമയിലും ചിത്രീകരിച്ചിട്ടുണ്ട്.

*ജല്ലിക്കട്ട്*

രജനീകാന്ത് അഭിനയിച്ച *മുരട്ടുകാളൈ* എന്ന ചിത്രത്തിലും കമലാഹാസന്റെ *വീരുമാണ്ടി* എന്ന ചിത്രത്തിലും.

## ചില ഒളിമ്പിക് വിശേഷങ്ങൾ

- 1900,1904 എന്നീ വർഷങ്ങളിൽ ക്രിക്കറ്റും ഗോൾഫും ഒളിമ്പിക്സിൽ ഉൾപ്പെടുത്തിയിരുന്നു. പിന്നീട് ഇവ നിർത്തലാക്കി.
- 1900, 1904, 1908, 1912, 1920 എന്നീ വർഷങ്ങളിൽ വടംവലി ഉൾപ്പെടുത്തിയിരുന്നു.
- ആധുനിക ഒളിമ്പിക്സിന്റെ പിതാവാണ് ബാരൺ പിയറി കൗബെർട്ടീൻ.
- 1920 ലെ ആൻറ്റ്വെർപ് ഒളിമ്പിക് ഗെയിംസിലാണ് ഇന്ത്യ ആദ്യമായി രണ്ട് കളിക്കാരെ അയച്ചത്.
- 1940, 1944 എന്നീ വർഷങ്ങളിൽ ലോകമഹായുദ്ധം കാരണം ഒളിമ്പിക്സ് നടന്നില്ല.
- 2008 ബെയ്ജിങ് ഒളിമ്പിക്സിലാണ് ഇന്ത്യക്ക് ആദ്യവ്യക്തിഗത സ്വർണ്ണമെഡൽ ലഭിക്കുന്നത്. ഷൂട്ടിങ്ങിൽ ചണ്ഡീഗഡ് സ്വദേശിയായ അഭിനവ് ബിന്ദ്രയാണ് സ്വർണ്ണമെഡൽ നേടിയത്.
- ഒളിമ്പിയയിലെ ഉത്സവങ്ങളുടെ ഭാഗമായിട്ട് തുടങ്ങിയതുകൊണ്ടാണ് ഒളിമ്പിക്സ് എന്ന പേരു ലഭിച്ചത്. ആർക്ക് വേണമെങ്കിലും പുരാതന ഒളിമ്പിക്സിൽ പങ്കെടുക്കാൻ സാധിക്കുമായിരുന്നു. പുരാതന ഒളിമ്പിക്സ് ആയിരം വർഷങ്ങളോളം നടത്തപ്പെട്ടു.
- പുരാതനഒളിമ്പിക് ഗെയിംസിലെ വിജയിക്ക് സമ്മാനമായി നല്കിയിരുന്നത് ഒലിവുമരത്തിന്റെ കൊമ്പുകൊണ്ടുള്ള കിരീടമായിരുന്നു.
- റോമൻ ചക്രവർത്തിയായിരുന്ന തിയോഡോസിയസിന് കളികൾ ഇഷ്ടമല്ലായിരുന്നു. അയാളാണ് പുരാതന ഒളിമ്പിക്സ് നിർത്തലാക്കിയത്. ഒളിമ്പിക് ക്ഷേത്രവും സ്റ്റേഡിയവും നശിപ്പിക്കാൻ ഉത്തരവ് നല്കിയത്.

Printed by Libri Plureos GmbH in Hamburg,
Germany